LA BÀN

LA BÀN
- Vũ Xuân Tửu -

Bìa: Uyên Nguyên Trần Triết

Dàn trang: Đỗ Huỳnh Đăng Ngọc

Nhân Ảnh xuất bản 2024

ISBN: 979-8-3305-1386-4

VŨ XUÂN TỬU

LA BÀN

TIỂU THUYẾT CHÍNH LUẬN

NHÂN ẢNH
2024

"Tôi phản kháng, vậy là tôi tồn tại".

Albert Camus, (1913-1960)

GIẤC MƠ TRIẾT VÀ THƠ

1.

Sâm lặng lẽ đặt cuốn sách *Triết học cổ điển Đức* lên mặt bàn và bật lửa, thắp ngọn nến, căn phòng sáng bừng lên. Với tay mở cửa sổ, Sâm cảm thấy mùi ẩm mốc và hình như có bóng ma bay ra. Thôi chết, mình quên gõ cửa trước khi bước vào phòng. Bố đã dặn, đi xa về, phải gõ cửa nhà mình, rồi hãy mở khóa, bước vào nhà thì phải thắp đèn. Thảo nào… Sâm ngó nhìn theo, chỉ thấy những tán lá cọ xanh đung đưa trong gió sớm. Và, phía tường bao quanh biệt thự thấp thoáng mấy bức phù điêu gốm sứ, mô tả sự tích Bánh chưng bánh dầy và Búa liềm. Lang Liêu có phải là hiện thân của tầng lớp trí thức mới phôi thai không nhỉ? Trí thức là người có học thức hơn đời và có ý thức gánh vác trách nhiệm xã hội. Chính vì thế, Lang Liêu mới mường tượng và làm nên cặp bánh chưng, bánh dầy. Những cái bánh mang hàm ý vũ trụ của người xưa, quan niệm bầu trời tròn, mặt đất vuông. Đó là tri thức của thời ấy, nhưng bây giờ thấy khác rồi, Trái Đất tròn kia mà và bầu trời thì bao la. Thoát ra ngoài tầng khí quyển bao quanh Trái Đất là vũ trụ, chứa đựng vô số các thiên hà, được hình thành từ vụ "Nổ lớn" (Big bang), cách nay hàng chục tỉ năm rồi. Quan niệm lại về vạn vật và thế giới, nhưng không ai gói bánh chưng cho tròn như quả địa cầu. Bánh dầy vẫn nặn hình chỏm cầu, nhưng bọn dung tục gắn thêm cái núm đỏ trên đỉnh, nom như bầu vú đàn bà, loại vú bánh dầy. Còn về biểu tượng Búa liềm, lẽ ra phải thêm Khẩu súng và cái còng tay nữa mới phải...

Không gian tĩnh lặng, Sâm bật điều khiển ti vi, VTV1, choán cả màn hình là lá Cờ đỏ Búa liềm vàng. Ồ, hôm nay kỉ niệm ngày thành lập, Đảng sắp bát tuần rồi. Suýt quên, cứ lịch mùng Ba, hằng tháng, họp chi bộ định kì. Sâm lấy cuốn *Sổ tay đảng viên* trên giá sách, bỏ sẵn vào túi đựng máy tính xách tay, chuẩn bị để chiều dự họp luôn thể. Họp chiếu lệ vậy thôi, có chi bộ, mấy năm chả họp, nhưng bí thư vẫn ghi biên bản đều đều, để đối phó với đoàn kiểm tra của đảng ủy cấp trên, kẻo bỏ bẵng sinh hoạt, trái với Điều lệ Đảng quy định, ba tháng mà trốn sinh hoạt không lí do chính đáng, thì rầy rà. Khi xưa, Đảng Cộng sản Việt Nam lấy ngày thành lập là ngày 06/01/1930. Đó là, ngày Hội nghị thống nhất ba Đảng Cộng sản làm một, trên sân bóng đá, tại Hồng Công. Nhà thơ cách mạng Tố Hữu, từng viết:

"Như đứa con sinh nằm trên cỏ

Không chiếu chăn sương gió tơi bời".

Lúc tuổi thơ, Sâm vẫn nghe các cụ trong làng đọc câu ca:

"Con ơi nhớ lấy câu này

Mùng Sáu tháng Một, Đảng ta ra đời"…

Đại hội Hai, họp tại Tuyên Quang, năm 1951, vẫn xác định ngày thành lập Đảng như thế. Nhưng đến Đại hội III, họp tại Hà Nội, năm 1960, thì lấy lại khai sinh là ngày 03/02/1930. Thấy vậy, có người thắc mắc, thì Hồ Chí Minh giải thích rằng, Liên Xô người ta có tài liệu!

Trên tường bao, biểu tượng Búa liềm cũng được gắn bên cạnh phù điêu Bánh chưng bánh dày. Nói nôm na, cái búa, tượng trưng cho giai cấp công nhân, quai búa rèn nên công nghiệp. Hình cái liềm là của nông dân gặt hái mùa màng, nuôi sống xã hội. Công nhân và nông dân được tôn lên làm đội quân chủ lực, kho người, kho của là chỗ dựa của Đảng Cộng sản. Búa liềm trở thành biểu tượng của Đảng. Có thời, biểu tượng còn thêm khẩu súng trường bắc ngang nữa, tượng trưng cho binh lính, thành nhóm công, nông, binh. Cờ đảng của Triều Tiên, ngoài búa, liềm còn thêm hình cái bút. Cái bút ấy, tượng trưng cho tầng lớp trí thức xã hội chủ nghĩa. Đúng vậy, công, nông chỉ là lực lượng, công cụ đông đảo của cách mạng, còn dẫn đường phải là người có học vấn cao, biết học hỏi và tranh luận tìm ra lẽ phải, hay nói đúng hơn, đó là trí thức. Tóm lại, trí thức là người có học và phản biện. Dân nước cần phải đi theo con đường của trí tuệ.

Nếu quan niệm như vậy, tức là chia tay ý thức hệ Mác-Lenin và biểu tượng Búa liềm của Đảng là không còn phù hợp nữa. Cán bút- trí thức xã hội chủ nghĩa chỉ có thể đồng hành ở Triều Tiên, chứ không thể là đội ngũ tiên phong trong phong trào cộng sản thế giới hay sao?

Bánh chưng bánh dầy trở thành biểu tượng của nền văn minh lúa nước, dù quan niệm vũ trụ đổi khác, nhưng nó vẫn thiêng liêng, được đặt vị trí trang trọng trên mâm cỗ tết Nguyên đán tự ngàn đời. Còn biểu tượng Búa liềm, dù có dán vào bao nhiêu ý nghĩa chính trị, nhưng rồi sẽ ra sao? Đó là sản phẩm của trí tuệ, hay là chính trị? Có tiếng cười hềnh hệch đáp lại từ phía bậu cửa sổ. Đúng là bóng ma vô hình, mà Sâm đã cảm nhận khi thắp nến rồi. Sâm nhặt cái gạt tàn thuốc lá, ném mạnh qua cửa sổ. Bỗng nghe "choang" một tiếng, Sâm vội ló đầu ra nhìn. Ôi thôi, bức phù điêu Búa liềm vỡ tan, cả mảng rơi xuống dưới chân tường. Ô kìa, bức phù điêu Bánh chưng bánh dày tuy còn nguyên vẹn, nhưng cũng đổi thần sắc, hình Vua Hùng ngồi chưng hửng, vợ chồng Lang Liêu cũng bẽ bàng. A ha, tổ tiên Đại Việt đã chứng kiến một cuộc cách mạng không tiếng súng, mà vẫn đập tan được biểu tượng ý thức hệ Mác-Lenin...

Lát sau, khi cảm giác oai hùng nguôi ngoai, Sâm bắt đầu cảm thấy lo sợ, toan chạy xuống chân tường bao, nhặt nhạnh những mảnh gốm Búa liềm, hòng phi tang, nhưng nhỡ có người bất ngờ nhìn thấy thì sao, khác gì, lạy ông tôi ở bụi này? Thế là Sâm ngồi lì trên ghế tựa, bằng gỗ ép và dỏng tai nghe. Loáng thoáng có tiếng ai đó nói chuyện vu vơ, bên kia tường bao: "Không khéo, con mèo già nhảy đổ liễn mỡ rồi". "Có khi, bọn Thơ ca đập vỡ cái phù điêu cũng nên". "Có mà bố bảo cũng chẳng dám". "Bây giờ là thời nào rồi?"...

2.

Từ khi mặt mọc mụn trứng cá thì Sâm biết gói bánh chưng tết. Năm đầu gói khuôn, năm sau gói bộ, vừa nhe răng nanh cắn cuống lá,

Sâm vừa nghĩ, không biết, lúc thoạt đầu, Lang Liêu đã gói bánh chưng bằng lá dong chưa? Hay cũng phải chọn qua nhiều loại lá mới được thứ lá dai bền, mềm dẻo và xanh mát mắt đến thế này. Hẳn phải là quá trình tích lũy tri thức, kinh nghiệm. Khi xưa, gạo nếp và đỗ xanh ngâm qua đêm, tuy luộc nhanh chín, nhưng sang Giêng, bánh thường bị chua thiu, dù có thả xuống giếng nước mà ngâm cũng vậy, nên bây giờ, chỉ cần vo gạo và đỗ mà thôi. Đó cũng là kinh nghiệm, tri thức tích lũy từ thực tiễn.

Sâm xúc bát gạo mà mẹ đã vo sạch bụi cám, đổ vào khuôn lá, rồi bốc nắm đậu xanh đã được đồ chín, giã nhuyễn, rải đều trong lòng bánh. Đoạn, nhặt dăm ba lát gừng và mấy miếng xương lợn đặt vào giữa, thay thịt. Năm nay, hợp tác xã mổ lợn chia đều cho các hộ xã viên, mỗi nhà nửa cân thịt và mấy miếng xương. Thịt thì rang mặn muối, ăn dần qua mấy ngày tết cổ truyền, nên phải lấy xương làm nhân bánh. Sâm xúc thêm bát gạo nữa, rải lên trên chốc nhân. Thế là cái bánh nặng hàng kí rồi. Năm ngoái, gói bánh nhân đường, nhưng ai cũng thừa của ngọt. Cả làng trồng mía nấu đường mà lại. Năm nay, nhân xương thì phải ninh lâu mới rền.

Lác đác đâu đó có tiếng nổ lẹt đẹt của pháo tép, thỉnh thoảng lại có tiếng nổ khí đất đèn, ầm ào phá vỡ màn đêm. Bố cũng treo bánh pháo lên dây phơi, rồi rút bó đuốc cháy rừng rực ra giữa sân, múa tít. Tàn lửa bay loạn xạ.

- Cẩn thận, thầy nó. Cháy nhà đấy! - Mẹ Sâm hốt hoảng chạy ra sân, kêu ầm lên.

- Cụ Hồ muôn năm! - Bố chàng hét toáng và nhảy quớ lên.

Trẻ con hàng xóm đổ xô lại, như xem diễn trò.

- Thời đồng xuôi, không tấc đất. Bây giờ, nhờ ơn cụ Hồ điều lên mạn ngược, mới cất được gian cửa gian nhà. Tết có đồng bánh chưng cúng cụ.

Mẹ Sâm thấm góc khăn vuông thâm lên khóe mắt. Cái "mỏ quạ" nơi góc khăn trên trán cũng cúi xuống theo, vẻ bùi ngùi.

Cả làng như sôi lên trong tiếng pháo giao thừa. Mùi thuốc pháo lan tỏa trong sương khói, khiến con dân phấn khích lạ thường. Trên loa truyền thanh, giọng bác Hồ ấm áp, đọc thơ chúc tết:

"Tiến lên! Chiến sĩ, đồng bào

Bắc - Nam sum họp xuân nào vui hơn".

Bài thơ như tiếng kèn xung trận, giục giã. Núi rừng như bừng lên sức sống mới. Sâm cảm thấy lòng tràn đầy trách nhiệm thiêng liêng, chàng bèn đeo huy hiệu Đoàn Thanh niên Lao động Việt Nam lên ngực áo tết và ghi vào *Sổ tay tu dưỡng*, khai bút: Trích bài nói chuyện của Bác Hồ, tại Lễ khai giảng Trường Đại học nhân dân Việt Nam, ngày 19/1/1955, như sau: "Nhiệm vụ thanh niên không phải là hỏi nước nhà đã cho mình những gì, mà phải tự hỏi, mình đã làm gì cho nước nhà". Ồ, đúng vào năm sinh của mình rồi, Sâm hồ hởi reo lên, tưởng như mình cũng đang ngồi dự trong hội trường và hoan hô. Sâm quyết tâm phấn đấu, phải vào đại học!

Núi đồi, làng bản chìm trong đêm đen. Đúng là, tối như đêm ba mươi. Bỗng có tiếng gà rừng gáy te te bên đồi nứa, rồi tiếng hổ gầm vang vọng rừng già. "Động rừng", có tiếng la hoảng hốt cất lên trong xóm khai hoang. Cảm thấy lạnh và buồn, Sâm bèn đánh diêm, châm điếu thuốc lá Tam Đảo, tựa cột hiên và nghĩ về gia cảnh. Cuộc đời lam lũ, khiến bố chưa đến tuổi năm mươi đã móm răng. Thế mà, bữa bữa vẫn phải nhằn cơm độn sắn, ăn rau lang luộc chấm mẻ. Mẹ biết buôn thúng bán mẹt, cũng kiếm đồng ra đồng vào, nay bị Ban Quản trị hợp tác xã cấm tiệt, sợ buôn bán lại lạc vào con đường tư bản, bỏ bê xã hội chủ nghĩa, nên gia đình mất nguồn thu, càng thêm túng bấn. Sâm từng đọc về Lịch sử Đảng, một cuốn sách mồ côi, mua được ở Cửa hàng Hợp tác xã mua bán. Sâm nhận thấy, lúc khó khăn, những người cộng sản cũng phải tổ chức buôn thuốc phiện để gây quỹ kia mà. (Về sau, vào trường đại học, đọc Tuyên ngôn cộng sản của Mác mới hay, điều đó thuộc về ý thức hệ, chứ không phải trình độ yếu kém của mấy ông trong Ban Quản trị hợp tác xã gây ra).

- Có học thì ấm thân, - bố ngồi đầu hè tự lúc nào, thủ thỉ như tâm sự.

- Con tưởng, khổ là do bọn thực dân, phong kiến gây nên, - chàng vặn lí.

- Bố mày có cái chữ, gói đồng bánh chưng có góc có cạnh, nom cũng ưa nhìn, - mẹ cũng vừa vấn khăn độn tóc, vừa góp chuyện. - Bu thì cứ dúm mắm tôm.

- Năm nay động rừng, thì tai họa cháy nhà, chết người như bỡn. Nhưng ta theo Đảng, cụ Hồ, không duy tâm làm gì cho nặng đầu óc. - Bố cười, rơi nốt cái răng cuối cùng.

- Bố mày, từ khi qua cái đận đấu tố, sách Nho đốt cả rồi, nên giác ngộ lắm, - mẹ bùi ngùi khẽ nói. - Ngày xưa, còn tự viết câu đối tết, dán từ ngõ vào nhà...

Sâm lẳng lặng nhặt cái răng rụng cuối cùng của bố và ném qua mái nhà. Bất chợt, Sâm sững người. "Cháy". Nóc nhà bốc lửa. Cả làng náo loạn. Bố lao vào nhà, liều mạng chữa cháy, nhưng bị chết thui trong đống lửa. Mùi thịt người cháy bốc ra lợm giọng, khiến bà con hàng xóm vừa chữa cháy, vừa nôn ọe. Đôi dây truyền thanh bằng thép trần cũng bị cháy quăn queo, trơ ra những cái cọc sứ cách điện, gắn trên thanh xà ám khói.

*

Sau khi cháy nhà, bố chết, mất tết, nhà Sâm chuyển ra đầu làng, mảnh đất "đầu hươu mõm nai", cô quạnh.

Nhận được giấy báo trúng tuyển đại học, Sâm bèn thắt bao dao vào rừng, chặt về mấy bó cọc gỗ và nứa ngộ, để cắm cừ và kè bờ hè. Bờ hè làm bằng đất nện, lâu ngày, bị gió mưa, dế chũi và bọ hung làm lở loét nham nhở. Kè lại bờ hè và làm thêm ba bậc thềm, nom ngôi nhà khang trang hẳn lên, y như bà già ăn trầu cũng đỏ môi vậy. Những bức vách trát rơm nứt nẻ, Sâm té nước cho thấm đều, rồi xoa cát non, nom phẳng phiu như lớp da nẻ được bôi sáp. Sâm lại quét thêm lớp vôi trắng, khiến ngôi nhà sáng lên, khác nào cô gái quá lứa nhỡ thì, may mắn kiếm được tấm chồng, cứ gọi là sướng vui phơi phới. Sâm cũng cảm thấy lâng lâng, niềm vui nhân đôi và ghi *Sổ tay tu dưỡng*: Khi người ta dụng công làm mới cái cũ, thì trong lòng phấn chấn, đầu óc cũng sáng sủa hơn. Đọc lại, đắn đo giây lát, Sâm thêm chữ "biết" vào sau cụm từ "khi người ta" và lấy làm đắc ý. Biết, thể hiện tầm nhận thức đã ngày một nâng cao. Ồ, không chỉ thế, mà còn là dấu ấn trí tuệ nữa. Từ xưa tới nay, các công trình kiến trúc, dù ít dù nhiều đều mang dấu ấn tri thức và tầm trí tuệ. Khi biết bỏ khuôn gói bộ những cái bánh chưng, thì trước hết, Sâm đã tưởng tượng ra cái bánh hình khối vuông, cắt lá dong cỡ mười hai xăng-ti-mét cho vừa lòng đĩa sứ. Chẳng như hàng xóm, gói bánh cỡ hai mươi chờm ra cả ngoài miệng đĩa. Rồi qua mấy lần bày cỗ, Sâm đã biết xắt bánh thành sáu hình khối hộp chữ nhật nom sang trọng, chứ không phải cắt chéo những mẩu khối hộp tam giác, tuy đều nhân nhưng có vẻ thô tục nữa. Con mắt người đời mới khắt khe và kì diệu làm sao. Thấy vậy mà không phải vậy, thể hiện tầm cao của tri thức rồi. Có khi, người ta chơi xỏ nhau ngay trong bữa ăn, bằng cách gắp cho xắt bánh, miếng thịt méo mó hình khối bồ đài. Bởi thế, các cụ đồ nho khi xưa kiêng dè, chiếu trải không phẳng không ngồi, thịt thái không vuông không ăn. Ôi chao, tri thức nhân loại mênh mông như biển rộng, bao la tựa trời xanh, thế mà, hằng ngày hằng giờ bổ sung thêm không biết cơ man nào mà kể. Kẻ ít học, tất vụng dại.

Kiến thức ngày càng đầy, khiến Sâm ghi *Sổ tay tu dưỡng* ngắn gọn hơn. Tri thức nảy lộc đơm hoa trên mảnh đất thực tiễn. Ngoài ra, còn là sự tưởng tượng nữa chứ nhỉ? Biết tiếp thu kinh nghiệm và óc tưởng tượng, giúp người có chí vươn lên mãi. Bởi vậy, không động não thì không có tri thức. Bởi thế, những người lao động trí óc mới hay tư lự. Sâm viết chữ cuối cùng và đóng nắp bút, gấp sổ.

3.

Lần đầu tiên trong đời đi học, Sâm mới thấy tấm bảng to đến như vậy, choán cả bức tường. Giảng viên viết mấy chữ chỗ này, gạch mấy nét chỗ kia, hết tiết học thì nét phấn trắng thạch cao cũng vừa kín mặt bảng gỗ đen. Đầu óc rừng rú của Sâm được khai sáng bằng môn Triết học Mác-Lenin. Lí luận chỉ ra rằng, đấu tranh giai cấp là động lực thúc đẩy xã hội phát triển và cũng được minh chứng, lịch sử loài người là lịch sử đấu tranh giai cấp. Bài giảng được minh họa bằng bộ phim điện ảnh, nói về cuộc Cách mạng Tháng Mười của Liên Xô và Cách mạng Tháng Tám của Việt Nam.

Giảng viên nói về tội ác dã man của Ngụy quyền Ngô Đình Diệm, lê máy chém đi khắp miền Nam, mổ bụng moi gan những người vô tội. Sâm nhớ lại câu chuyện thầy mẹ kể, về cuộc Cải cách ruộng đất miền Bắc. Địa chủ bị chôn sống, chỉ thò đầu lên trên mặt ruộng. Lực điền đánh trâu bừa đi bừa lại. Bần, cố nông đứng trên bờ xia xói, tố cáo tội ác bọn địa chủ cường hào... Ôi, đấu tranh giai cấp, dù chế độ nào cũng quyết liệt, man rợ.

Sâm mở nắp hòm tôn, lấy cái mũ ni của bố ra xem, thẫn thờ ngắm nghía, rồi rờ rẫm sờ từng ngón tay lên lớp nỉ cũ mòn. Nhớ lại khi xưa, vành nỉ che tai chỉ được bố hạ xuống, khi mùa đông mang từng cơn giá rét về. Thảo nào, người ta nói, "mũ ni che tai". Bố cũng từng chơi trò nghĩa bóng theo câu thành ngữ đó, mà qua được thời bão lửa của các cuộc vận động Cải cách ruộng đất, Cải tạo công thương, Chống nhân văn gia phẩm, Chống mê tín dị đoan... Nhẫn nại mãi lại thành thói quen, thói quen lập nên tính cách "mũ ni che tai", phớt đời. Không chỉ mình bố, mà cả một lớp người tội nghiệp như vậy. Cái mũ ni sờn cũ quá rồi, Sâm không dám đội lên giảng đường, hay dạo phố, mà chỉ ôm trong lòng, như bố đã từng ủ ấm cho con, qua những đêm đông rét cắt da cắt thịt, cả nhà chỉ có mỗi cái chăn chiên, phải rải ổ lá chuối rừng phơi khô. Cái mũ ni che tai được bố chụp lên đầu Sâm, ấm hửm.

*

Vào đại học, *Sổ tay tu dưỡng* của Sâm lật sang trang mới. Bao nhiêu kiến thức, sách vở tích lũy từ thuở thiếu thời, khiến Sâm Sâm tự hào là người học giỏi nhất làng, bỗng trở thành giọt nước nhỏ nhoi trong biển cả tri thức, mà nay tiếp thu được trên giảng đường. Thảo nào, người ta bảo, "phi đại học bất thành nhân". Tất nhiên, đây không phải sách Đại học, kiểu "Đại nhân chi học" của Chu Hy, thời Tống, bên xứ Trung Hoa, mà là trường đại học xã hội chủ nghĩa của nước Việt Nam dân chủ cộng hòa. Sinh viên không phải học chữ để "Tu thân, tề gia, trị quốc, bình thiên hạ", một cách ích kỉ, nhỏ nhen, mà phấn đấu, tu dưỡng phục vụ cách mạng, dưới sự lãnh đạo toàn diện, trực tiếp và tuyệt đối của Đảng Lao động Việt Nam. Tri thức giúp cho ta liên tưởng, liên tưởng giúp cho ta sáng tạo.

Nhiều khi, Sâm cũng trăn trở với mớ lí luận Chủ nghĩa Mác-Lenin, từng chỉ rằng, đấu tranh giai cấp là động lực thúc đẩy xã hội phát triển và cũng được chứng minh rằng, lịch sử loài người là lịch sử đấu tranh giai cấp. Theo thuyết Tiến hóa của Đác-uyn (Dawin), thì ông tổ của loài người là vượn người; theo đó, Chủ nghĩa tư bản là đêm trước của Chủ nghĩa xã hội và Chủ nghĩa xã hội là giai đoạn đầu của Chủ nghĩa cộng sản. Lúc đó, theo Lenin, "của cải sẽ tuôn ra dạt dào như nước suối ban mai". Nhưng Chủ nghĩa dân túy cho rằng, tổ chức nông trang cũng có thể tiến lên Chủ nghĩa xã hội. Sâm nghĩ, nông trang là một thứ hợp tác xã cấp cao, hay còn gọi là nông trại. Vậy sẽ thiếu nền sản xuất đại công nghiệp, thì làm sao chế tạo được máy móc công nghiệp và máy móc kĩ thuật tinh vi nhỉ? Cảnh nước mình cũng đi theo kiểu dân túy như vậy sao? Dân túy cũng có nghĩa là mị dân…

Đang học dở chừng môn Triết học Mác-Lenin, thì Đa, lớp trưởng lâm bệnh tâm thần, phải điều trị tại bệnh viện chuyên khoa ở Thường Tín (Hà Đông), tức thì, Sâm thế chân.

Một hôm chủ nhật, Sâm đến nhà thầy Chủ nhiệm khoa, hỏi thêm về kế hoạch dã ngoại. Nhà thầy trong làng ven đô, bên tả ngạn sông Hồng. Sâm vừa cảm thấy thân thiện như làng quê mình, lại vừa ngậm ngùi khi biết thầy từng du học tận Liên Xô, mà nay cách xa phố xá. Thầy trải tấm bản đồ Việt Nam lên chõng tre và lấy cái la bàn đưa cho Sâm. Lần đầu tiên trong đời, cầm cái la bàn màu đỏ trong tay, Sâm cảm thấy hãnh diện vô cùng. Thế mà từ xa xưa, người Tàu đã chế được la bàn. Bây giờ, la bàn được gắn trên máy bay, tàu biển, trang bị cho các đoàn thám hiểm, các đơn vị quân đội. Thực ra, lúc học trường phổ thông, Sâm đã được nghe giới thiệu về la bàn, nhưng học chay, không có giáo cụ trực quan.

Sâm đặt la bàn lên bản đồ, loay hoay tìm phương hướng. Chữ viết tắt phương hướng đều là tiếng Anh, Sâm chỉ biết tiếng Việt và bập bõm tiếng Nga mà thôi. Thấy vậy, thầy vừa băm rau lợn, vừa ân cần bảo:

- Em có biết chữ "N" là gì không? Bảo là, la bàn là kim chỉ nam, nhưng N là bắc nhé, chữ viết tắt từ tiếng Anh đấy. Mai đi thực địa, có thể mang theo cả bản đồ và la bàn.

- Thầy cũng phải nuôi lợn ạ? - Sâm ái ngại hỏi, - nhà em cũng đã từng nuôi lợn, vất vả lắm.

- Phải nói là lợn nuôi thầy, - thầy cười hơ hới, vẻ vô tư, khiến Sâm se sắt trong lòng.

Sâm đạp xe trở về, qua cầu Long Biên. À đây, sông Hồng chảy ra đằng đông và mặt trời mọc phía đông. "N" là hướng bắc, từ đó suy ra bốn phương tám hướng. Tiếng Nga, nếu viết tắt là "C" mà phiên theo tiếng Việt là "X". Chúa Trời dựng tháp Babel thật oái oăm, khiến ngôn ngữ loài người loạn xạ và nhiễu phương hướng. Nhìn phố xá ven bờ sông Hồng cũng không khác mấy làng chài, khiến Sâm chạnh lòng nhớ lại tấm bưu ảnh, về thành phố bên bờ sông Volga mà thầy đã cho cả lớp xem. Sâm nghĩ, dân Âu, Mỹ, mỗi tháng khẩu phần hàng chục cân thịt, hàng trăm quả trứng tẩm bổ thần kinh, trí não, mới có thể phát minh sáng chế. Xứ mình, vẫn thuộc về nền văn minh lúa nước, từ thầy đến trò suốt ngày chân lấm tay bùn, thì tầm suy nghĩ cũng đầu bờ góc ruộng thôi, làm sao có thể tiến kịp các cường quốc năm châu? Khéo mà chỉ có chuyện đánh nhau, nói chữ là chiến tranh, thì mới có thể sánh được với người ta mà thôi...

*

Mải suy nghĩ mông lung về chuyện xác định phương hướng, lại làm mất phương hướng, Sâm đạp xe vô định trong thành phố, loanh quanh hồi lâu, chợt thấy hồ Hoàn Kiếm hiện ra trước mặt. Sâm đạp xe vòng quanh cột động hồ, thấy mỗi mặt, kim chỉ một giờ khác nhau. Sai hỏng sao không sửa nhỉ? Hoặc là cũ quá thì vứt quách đi cho rồi, cứ giữ khư khư cái cũ, mà không phải đồ cổ, thì chứng tỏ tầm suy nghĩ bế tắc. Mệt mỏi, dựa xe vào khóm lộc vừng và ngồi phịch lên ghế xi-măng, ngả cổ nhìn Tháp Rùa. Muốn sử dụng phương tiện kĩ thuật thì phải có kiến thức, hiểu biết, - Sâm nghĩ về chuyện la bàn. - Tri thức ấy phải vận dụng và kiểm nghiệm qua thực tiễn. Thầy là thần tượng, trên thông thiên văn, dưới tường địa lí. Thầy kể chuyện thăm Lăng Lênin, dạo chơi Hồng Trường. Thầy vừa đánh đàn ghi-ta vừa hát bằng tiếng Nga, bài *Tuổi trẻ sôi nổi*, khiến bao thiếu nữ Nga đẹp như tiên sa vây quanh và vỗ tay hát theo. Thầy đắm mình trong thư viện, giữa hàng núi sách của Các Mác, Ăng ghen, Lenin... Sách của Lenin đã in ra nhiều thứ tiếng trên thế giới, nếu từng trang ghép lại, có thể phủ kín Trái

Đất. Ngọn cờ lí tưởng của Lênin là "kim chỉ nam" cho mọi hành động của giai cấp công nhân và nhân dân lao động trên toàn thế giới. Khiếp quá, các cụ đặt cả "la bàn" vào xác định đường lối cách mạng nữa kìa...

Thầy là Chủ nhiệm khoa trẻ nhất trường, thế mà rất khiêm tốn. Thầy bảo, theo quan niệm phương Đông, tuổi ba mươi mới được gọi là "tam thập nhi lập", như thầy là hạng đang đi "gõ đầu trẻ". Thế mà cũng ở tuổi ấy, Tiến sĩ Các Hăngri Mác (Karl Heinrich Marx) đã là Ông Tổ của Chủ nghĩa cộng sản, một người Do Thái, đầu óc siêu việt. Cả một tương lai huy hoàng, khiến Sâm choáng ngợp, tưởng như có thể cất cánh bay lên bầu trời cao vọng. Mãi về sau, trường đời mới dạy cho Sâm biết rằng, thầy cũng bị nhồi sọ, rồi nhồi sọ lại thế hệ nối tiếp. Cả một hệ thống lừa đảo dây chuyền, tạo nên phe Xã hội chủ nghĩa.

4.

Sâm và các bạn sinh viên rủ nhau đến Bệnh viện Tâm thần Trung ương, thăm Đa. Ai cũng tưởng, bệnh viện cấp Trung ương thì phải tòa lớn dãy dài, đâu ngờ, trong khuôn viên chỉ có mấy dãy nhà cấp bốn, lợp ngói xi-măng xám xỉn, buồn hiu quạnh. Nghe nói, đây là cơ sở dưỡng bệnh cho cán bộ miền Nam tập kết ra Bắc, năm 1954.

- Họ đưa tớ đến đây, bảo là để phục hồi sức khỏe, nhưng thực ra là chữa bệnh tâm thần. Tớ có bị tâm thần đâu? Trụ cổng trưng biển đề là "Bộ Y tế, Bệnh viện Tinh thần", đó thôi.

Cả đoàn nghệt mặt ra, nhìn nhau. Trong lòng, ai cũng cảm phục và thương Đa, nhất là Bình, cô không giấu nổi buồn đang hiện trên nét mặt. Ôi, một chàng trai khôi ngô, tuấn tú, ham bóng đá, học giỏi triết, thế mà nay khoác bộ quần áo kẻ sọc, râu quai nón tua tủa, thân hình gầy guộc, chẳng khác nào phạm nhân.

- Triết đã học đến đâu rồi? - Đa hỏi, vẻ luyến tiếc một thời huy hoàng. - Thầy Chủ nhiệm khoa giảng hay nhỉ? Nhưng mà tớ muốn tranh luận tiếp, - Đa say sưa như đang thảo luận trên giảng đường, - nếu nói, giai cấp công nhân có sứ mệnh đào mồ chôn Chủ nghĩa tư bản. Vậy, đánh đổ tư bản rồi, thì lực lượng công, nông có đủ khả năng trí tuệ để dẫn dắt xã hội hay không? Người giương cao ngọn cờ xây dựng xã hội mới, phải là trí thức chứ nhỉ? Nghe nói, Bảo Đại đã từng giáo huấn rằng, thượng lưu là kẻ đi tiên phong, chỉ đường đưa nẻo cho quốc dân, giáo dục và huấn luyện quần chúng. Như vậy, thượng lưu chính là trí thức. Quan điểm của ông vua bù nhìn mà sáng sủa đấy chứ.

Các bạn đưa mắt ra hiệu cho chàng và thì thào:

- Về thôi, người ta đang đi phát quần áo cho bệnh nhân thay kia kìa, kẻo lại trao cho mỗi đứa một bộ thì không biết ai vào ai nữa đâu...

- Xã hội ngày càng phát triển, người nào cũng có khả năng là một bệnh nhân tâm thần tiềm năng. Nhiều lãnh tụ và nhà khoa học, văn nghệ sĩ, trí thức nổi tiếng... đều có biểu hiện tâm thần ở những dạng thức và trạng thái khác nhau.

Cả bọn tái mặt, khi nghe Đa phán một câu xanh rờn như vậy.

- Mác nói, lịch sử loài người là lịch sử đấu tranh giai cấp, nhưng lịch sử nước mình là truyền thống chống phương Bắc xâm lăng, bảo vệ bờ cõi vốn có và xâm lăng phương Nam, mở mang lãnh thổ; đồng thời, chinh phục thiên nhiên. Vậy, nếu theo Mác nói, thì dân tộc mình không thuộc về loài người à?

Đa vừa bắt tay tạm biệt, vừa quan sát từ đầu đến chân từng người. Đa nắm chặt cả hai bàn tay Bình rất lâu, khiến cô sợ hãi đưa mắt cầu cứu giải thoát. Bác sĩ vội vàng chạy tới, vừa vẫy chào đoàn sinh viên, vừa khoác vai Đa, vẻ thân tình và dìu vào ghế xi-măng, ven lối đi.

Bình chột dạ, sực nhớ lại, sao mà cái nhìn của Đa dưới chân tháp nước Hàng Đậu hôm ấy, lại giống cái nhìn lúc này đến vậy? Đa có điều gì thiêng liêng lắm còn chôn chặt trong lòng, nên mới có cái nhìn thẳm sâu và bền vững đến vậy.

*

- Người điên mà lời không điên đâu nhé.

- Nói thế, không biện chứng.

Cả bọn vừa đạp xe lai nhau, vừa trao đổi sôi nổi. Những cái xe đạp Phượng hoàng, Thống nhất đã cũ, chắn bùn kêu lạch xạch mỗi khi vượt qua ổ gà, xích và trục nhão kêu cót két trên đường trường. Anh nào lai bạn nữ cũng tỏ ra mạnh mẽ và hãnh diện, đạp băng băng. Sâm gò lưng đạp chiếc xe Favorit, Bình im lặng ngồi sau. Sợ cô chạnh lòng, Sâm lớn tiếng, an ủi:

- Khối anh tài cũng mắc bệnh tinh thần, nhưng chạy chữa là khỏi hết và sự nghiệp phát triển rực rỡ.

- Ai nào? - Anh bạn lượn xe sát vào Sâm, cật vấn.

- Ví dụ như, - Sâm nháy mắt và ngảnh đầu về phía Bình, mọi người hiểu ý, dãn ra, - Nhạc sĩ thiên tài Sô Panh (Sopin) của Ba Lan, Triết gia Nít-xơ (Nietzsche) của Đức, chẳng hạn…

Hàng xà cừ rợp bóng. Ruộng lúa ven đường đang được bón thúc bằng phân chuồng, mấy cô phải rút khăn mùi xoa che mũi.

- Đồng xanh bát ngát, như thảm lụa mênh mông tận chân trời, thế mà bốc mùi. Hai thứ tưởng đối lập, thế mà lại thúc đẩy nhau phát triển. Thảo nào, Mác chả nói, đấu tranh giữa các mặt đối lập, thúc đẩy xã hội phát triển. Hi hi...

- Nói như bài: "Mâu thuẫn giữa các mặt đối lập" ấy nhỉ, hay là tranh thủ ôn bài? Dù là mĩ nhân, hay anh hùng, thì trong bụng cũng đều có phân và nước tiểu; thậm chí, tính cách và đạo đức cũng có khuyết tật..

- Ban nãy, Đa nói đúng, bệnh nhân tâm thần tiềm năng ở khắp nơi.

Cả bọn cùng ồ lên, khoái trá. Duy chỉ có Bình vẫn im lặng, đầu óc cô đang phiêu du trong cõi vô định...

Sổ tay tu dưỡng: Vào bệnh viện thăm bệnh nhân tâm thần mà lại lo cho bản thân mình. Những suy nghĩ trăn trở quá mức đối với người có thần kinh yếu, hoặc khuyết tật, về gia đình, xã hội, có thể dẫn người ta trở thành bệnh nhân tâm thần tiềm năng. Một ngày nào đó... Sâm thoáng rùng mình, không dám nghĩ tiếp. Thôi, cứ lặng lẽ trôi theo dòng đời.

Dòng đời lặng lẽ trôi

Hạt phù sa bé nhỏ

Mệt mỏi và chán chương

Đọng lại cuối con bơn

Trở thành bùn đất mới

Cỏ cây lật trang đời.

A, té ra, mình cũng biết làm thơ. Thơ là phù sa của dòng sông ngôn từ và tự sinh ra trong lúc buồn chán, ấy là thơ của đời. Thầy chủ nhiệm khoa từng bảo, Mác không chỉ là nhà triết học, mà còn là nhà thơ nữa đấy:

"Biết bao bạc vàng

Trong từng trang sách

Chuyên cần, trong sạch

Kết thành vinh quang".

Những con chữ trong từng trang sách kia, chính là hạt phù sa của dòng sông tri thức. Mình sẽ đắm mình trong dòng chảy ấy, để một ngày chắp cánh trên bầu trời hi vọng. Nhưng mình là sinh viên triết, liệu có nên tập tọng làm thơ không nhỉ? Triết học nghiên cứu về những quy luật cơ bản nhất và chung nhất của con người. Triết học khô khan và duy lí. Nhưng nhiều thầy giảng dạy các khoa tự nhiên cũng biết làm thơ, thậm chí là thơ hay nữa là đằng khác.

Sâm nắn nót ghi tiếp vào sổ:

1/ Học triết là để hiểu xã hội và chính bản thân mình: là gì? làm gì? hi vọng gì?

2/ Cách học triết hay là biết đặt câu hỏi: hỏi đời, hỏi mình...

5.

Chiến tranh biên giới Việt-Trung bất ngờ nổ ra, tưởng như mùi thuốc súng đã len lỏi vào từng ngõ phố Thủ đô Hà Nội. Khoa của Sâm được lệnh tham gia xây dựng phòng tuyến bảo vệ từ xa.

Đêm lửa trại tại Ngã ba Xà, nơi hợp lưu giữa sông Cà Lồ và sông Cầu, Khoa Triết giao lưu với cánh văn nghệ sĩ. Ông nghệ sĩ già đọc bài thơ *Nam quốc sơn hà*, tương truyền của Tổng binh Lý Thường Kiệt, khi xưa đã đọc tại chốn này. Hồn thiêng sông núi tự ngàn xưa vọng về, khiến đám sinh viên ngất ngư như nhập đồng. Tình cờ, Sâm ngồi gần tay biên tập viên của tạp chí Thơ Ca.

- Cậu cũng yêu thơ à? Biết làm thơ chứ? - Anh ta lân la kiểu xã giao.

- Em mới tập tọng thôi, mỗi bài, - Sâm chiềng cuốn *Sổ tay tu dưỡng* ra.

Anh ta hấp hay đôi mắt cận thị, sau cặp kính dày. Sâm bèn soi đèn pin giúp.

- Câu cuối cứu cả bài thơ, - anh ta nhìn Sâm, vẻ ngỡ ngàng và buông lời phán xét. Mớ tóc xoăn đầy vẻ thi sĩ bồng bềnh trên vầng trán rộng. - Này, chép luôn vào một mặt giấy và đưa tớ ngay nhé, được không? - Anh ta khẽ hỏi "được không?", với vẻ cầu khẩn, da diết, thảo nào, con gái hay chết dưới tay nhà thơ. - Có thể, đăng tạp chí số này, tuy là chuyên đề phòng tuyến, nhưng nếu chỉ rặt có chuyện hầm hào, súng pháo, bố phòng thôi thì ma nó đọc...

Chuyện ấy có gây xốn sang cho Sâm chốc lát, rồi cũng lặng lẽ qua đi. Bỗng một hôm, Sâm nhận được cuốn tạp chí Thơ ca, nhưng tên bài thơ lạ hoắc, *Hạt phù sa nơi phòng tuyến*. Câu thơ "Mệt mỏi và chán chường", thay bằng "Hào hứng ta rong chơi". Bài thơ như một quả đạn trái phá nổ giữa giảng đường. Thầy chủ nhiệm xúc động đọc trước Khoa Triết, khiến Sâm lâng lâng như bay trên mây.

- Em sẽ mang tặng cho bạn Đa. - Sâm nổi hứng bột phát, kiểu nghệ sĩ.

*

- Câu cuối hay, khẳng định ý nghĩa hạt phù sa, từ chỗ phiêu du vô định, trở thành có ích cho đời. - Đa đặt cuốn tạp chí Thơ ca xuống mặt ghế xi-măng và ngước nhìn con chim sâu đang chuyền cành trên tán phi lao, dường như quên sự có mặt của Bình và Sâm đang ở bên cạnh.

- Đa (vâng), Ôtrin Kharosi (rất tốt), - Bình thốt lên một lời khen bằng tiếng Nga, gồm cả tên của Đa nữa. Mắt cô sáng lên, khuôn mặt ửng hồng.

- Đúng, tay biên tập viên tạp chí cũng đánh giá như vậy, - Sâm và Bình đưa ánh mắt ngạc nhiên cho nhau và cùng nhìn Đa, lộ vẻ thán phục.

- Này, tớ hỏi thật các cậu, - thấy khẩu khí của Đa có vẻ nghiêm trọng, khiến Sâm và Bình chột dạ, - tớ nghe dư luận đồn thổi, - Sâm thấy Bình nghẹn thở, bíu tay vào thành ghế, - quân ta và quân Tàu đang đánh nhau to, trên biên giới?

Bình thở hắt ra. Sâm cười gượng:

- Đúng thế, - Sâm cũng thở phào nhẹ nhõm, cứ tưởng Đa bắt nọn về mối quan hệ giữa Bình với Sâm. - Sinh viên các trường tham gia xây dựng phòng tuyến đông như kiến cỏ. Chính bài thơ này, tớ viết trong bối cảnh ấy. - Sâm liếc nhìn sang, thấy

Bình đang lóng ngóng bóc cam, mà mặt đỏ tía tai.

- Tại sao, hai nước trong phe Xã hội chủ nghĩa, cùng do Đảng Cộng sản lãnh đạo, mà lại đánh lẫn nhau nhỉ? Mác kêu gọi, "Vô sản toàn thế giới liên hiệp lại" và Lenin phát triển thêm, "Vô sản và các dân tộc bị áp bức trên toàn thế giới liên hiệp lại", cơ mà? - Đa lặng lẽ buông tiếng thở dài.

- Anh, ăn múi cam, - Bình lễ phép, hai tay đưa cam cho Đa. Từ khi Đa nhập viện, Bình xưng hô anh, em. Trước đây, chỉ gọi cậu cậu tớ tớ như thể học trò.

Đa nhặt cái lá phi lao to như cái kim đan màu vàng óng, mà chú chim sâu vừa thả rơi trên mái tóc, cô nghiêng đầu e lệ. Mớ tóc kiểu ô-van rủ xuống, khiến gương mặt thêm kiều diễm. Khi ngước lên, bắt gặp cái nhìn như móc tim ra của Đa, khiến cô sững sờ...

*

Trong giảng đường, bọn nam sinh viên, âm thầm cuộc chiến kiếm chỗ ngồi gần Bình, ngây ngất hưởng mùi hương trinh nữ tỏa ra từ thân thể cô. Bọn con gái trong khoa, thậm chí cả trường, không một ai được trời ban ân huệ, như cô. Nhưng cô chỉ muốn gần Đa. Khốn nỗi, Đa không hưởng ân huệ đó, mà giữ khoảng cách nhất định, khiến cô bị tổn thương niềm kiêu hãnh.

Đa có yêu Bình không? Bình yêu Đa vì lẽ gì? Mình yêu Bình, hay chỉ mê cái mùi hương trinh nữ? Nếu cô ấy nằm ngủ thì dáng đẹp lắm và ý thơ mường tượng cảnh thần tiên ấy, trong *Sổ tay tu dưỡng*:

Hương dậy sóng tình trinh nữ ngủ

Khép hàng mi mái tóc ru buồn

Ta lặng lẽ vớt gió trời về quạt

Nhón mây bông khẽ thấm giọt mồ hôi

Da nàng trắng, hay mây mang sắc trắng

Tóc nàng thơm, hay mây ủ hương thơm

Ta thổn thức bay quanh nàng mộng mị

Chốn trần gian mà ngỡ lạc cõi tiên.

Sâm ngẫm nghĩ, câu đầu, từ "dậy", không nặng kí bằng từ "đượm". Mình sẽ chép vào tờ giấy poluya xanh, chờ một lúc nào đó, mình sẽ tặng Bình, sinh nhật, hoặc kết thúc bộ môn, chẳng hạn. Phải ghi thêm chữ "tặng Bình", không nên, phải là "tặng B.", sẽ mở rộng hàm ý hơn.

Cái kim trong bọc lâu ngày cũng lòi ra, huống hồ là mùi hương trinh nữ làm loạn cả khoa. Chuyện bọn nam sinh viên hay vây quanh Bình ngửi hương thưởng hoa cũng đến tai Đa. Nghe mãi khiến Đa bực:

- Trên giảng đường, việc quan trọng là tiếp thu kiến thức nhân loại, chứ không phải chuyện ngửi "khu" đàn bà.

Đa thẳng thừng truyên bố như thế, khiến ai cũng ngượng tím cả mặt.

Độ này, Bình gày rộc đi, đôi mắt thường mở to, nhìn thẳng, kiêu hãnh, nay đượm vẻ buồn phiền, thỉnh thoảng lại giật mình thảng thốt, y như người ngủ mơ giữa giảng đường, khiến ai cũng ái ngại, cám cảnh thay. Người ta có thể yêu, hoặc cưới người tàn tật, chứ có điên đâu mà lấy người điên? Nhất là con gái Thủ đô, lại là con ông cán bộ cao cấp, thì đâu có ít lựa chọn. Những lời bàn tán xa xôi, nhưng lọt vào tai, khiến cô tê tái.

- Chúng mình đi Thường Tín nhé? - Sâm hỏi nhỏ, ý nhị tránh cụm từ "bệnh viện tâm thần".

- Không biết, người ta đã đỡ nhiều chưa? - Bình hiểu mục đích, địa chỉ và đối tượng chuyến đi, nhưng nói trống không.

- Sáng chủ nhật, tớ chờ ở chỗ ga tàu điện Cầu Mới, nhé. - Sâm lờ đi cái ý nghĩa của từ "người ta" mà Bình thốt ra, đầy ngụ ý.

- Ơ, tàu điện chỉ đến thị xã Hà Đông thôi mà? - Bình ngạc nhiên hỏi lại.

- Tớ không có xe đạp, - Sâm thanh minh.

- À, ừ… - Bình cười nụ, nghĩ bụng, cũng láu cá ra phết, ngõi cái xe Favorit chăng?

Chuyến đi thăm hỏi lần này, Sâm cảm thấy đi chậm quá, nhưng về lại nhanh hơn mong đợi. Trước khi về, theo phép lịch sự, Sâm chia tay Đa trước, rồi chùng chình dắt xe đạp vòng qua cái barie bằng thân tre đã cũ mốc và nứt nẻ. Dùng tay lái đẩy cánh cổng gỗ làm kiểu chấn song cũng đã xỉn màu, cặp bánh xe gỗ, cỡ như cái đĩa đặt bánh chưng, rệu rào nâng đôi cánh cổng, vẻ nặng nề, nhưng trong lòng Sâm còn nặng nề hơn. Bình và Đa đang làm gì: âu yếm? Không! Bịn dịn? Có thể! Hôn nhau? Không! Nắm tay nhau? Có thể!...

Suốt chặng đường dài mấy chục cây số, cả hai không nói với nhau câu nào. Lúc trao xe, Sâm cũng không chào tạm biệt một câu, mặt nặng chình chịch, như thể giận hờn. Bình nhíu mày suy nghĩ giây lát, bằng trực giác con gái giúp cô hiểu ra cơ sự. Thì ra anh bạn "ghen ngược", cô nhoẻn miệng cười và ngúng nguẩy đạp xe về phố Nhà Binh.

Chẳng lẽ, Sâm không biết mình thương Đa và chỉ có cảm tình với bạn thôi sao? Tại sao lại hành xử như thế, nhất là lúc này, Đa đang nằm viện, cần sự chăm sóc và động viên. Trước đây, Sâm có vẻ mến phục Đa lắm kia mà. Lúc chia tay, bạn còn chủ động lánh mặt để mình được bên Đa đấy thôi? Cứ tưởng con gái khó hiểu, chứ thực ra, con trai cũng phức tạp vô cùng.

Bình vừa cắm cúi đạp xe, vừa suy nghĩ rất lung về mối quan hệ giữa mình, với Đa và Sâm. Chẳng lẽ, người ta gọi đó là mối tình tay ba hay sao? Nghĩ đến đây, cô bật cười, nào ai đã tỏ tình với ai đâu? Rõ vớ vẩn, lẩn thẩn. Tự dưng, cô cảm thấy vui như vừa cởi ách trong lòng. Vừa hay lúc đó đã đến vườn hoa Hàng Đậu. Bọn trẻ đang chơi "nhảy xình", chợt thấy bóng dáng Bình đã gọi ầm lên, khiến cô quên hết mọi muộn phiền và vẫy tay chào, rẽ vào phố Lý Nam Đế.

- Bỏ rơi anh Đa rồi à, chị? - Chúng hỏi với theo.

- Đến Kí túc xá Mễ Trì mà nhặt, - cô trả lời cho qua và đạp vội.

Chẳng là, một bận, Đa muốn xem tài liệu triết học phương Tây của bố Bình để tham khảo. Ôi, toàn là các trường phái khác hẳn giáo trình Khoa Triết, nhưng cô cũng phải kiếm cớ mượn, rồi giấu giếm chuyển cho "người ta". Chính lúc đó, bọn trẻ con vô tình phát hiện chị Bình trao "quà" cho "người yêu", tại chân tháp nước Hàng Đậu.

- Cái bốt này nom cũng đồ sộ, nhưng thua bốt tây, quê tớ.

Đa ngước nhìn những cái cột kiến trúc kiểu Hi Lạp, vòm cửa vòng cung, đường diềm phân tầng và phán xét theo kiểu "quê mình cái gì cũng nhất". Nghe vậy, Bình cười rũ, bảo:

- Cái này, không phải lô cốt, cũng chẳng phải bốt, mà là tháp nước. Hàng nghìn khối nước tích trữ ở trên kia, cung cấp cho cả thành phố.

- Thế hở? - Đa nhíu mày, vẻ nghi hoặc.

Bình nghe cái giọng "nhà quê" như vậy, càng muốn trêu chọc Đa, bèn buông một câu dạn dĩ:

- Hở đâu mà hở?

- Kia thôi!

Thấy Đa khẳng định như đinh đóng cột và chỉ tay về phía bọc giấy mà Bình đang cắp bên hông, khiến cô giật mình vội khép tà áo, đề phòng hở rốn.

- Những cái lỗ châu mai xung quanh chân bốt, ai đã xây bịt lại rồi, kìa. - Đa lững thững đi dạo vòng quanh, khiến Bình phải lẽo đẽo theo sau.

- Tớ bảo nhé, đây là những ô cửa dưới chân tháp nước, chứ không phải lỗ châu mai. Bọn vãng lai phóng uế, nên dân phố đề nghị Công ti Nước sạch Hà Nội, xây chắn lại rồi.

- Thảo nào có mùi hôi, - Đa hỉnh mũi đánh hơi.

- Ha ha… - chưa bao giờ Bình cười khoái trá như vậy, mẹ dặn, không được cười to, nói lớn, kẻo bị chê là đồ vô duyên, - ha ha… người ta xây chặn từ đời tám hoánh rồi, ông tướng ạ.

- Hề hề, thế à? - Đa cười nịnh, - Sách đâu? - Đa xòe tay, - tớ mượn nhé.

- Chỉ vậy thôi à? - Bình dứ dứ bọc sách, vừa nhướng mắt hỏi.

Đa không đáp, nhưng cái nhìn sâu thẳm, khiến Bình run rẩy.

*

Bọn trẻ tản về các ngõ phố, vườn hoa vắng bóng người. Đèn đường bật sáng. Giờ này, thôn quê cũng đã nhọ mặt người, gà lên chuồng, các mẹ đang ơi ới gọi con về ăn cơm chiều.

Đa và Bình đứng chôn chân bên tháp nước, mỏi mà không có chỗ ngồi, chờ mãi đến lúc này mới dám mon men ra ghế xi-măng góc vườn hoa. Tay nào đã đập vỡ bóng đèn tròn bảo vệ gần đó. Đa chăm chú nhìn cái đui đèn trơ cuống và cười cười. Bình ngượng ngùng ngó quanh, để phòng gặp người thân quen.

- Đặt cái bọc sách xuống đây này, ôm trong lòng mà làm gì cho nóng? - Đa khẽ nhắc, Bình mạnh bạo đặt cái bọc làm ranh giới giữa hai người. - Cái bận chị gái tớ đầu quân tham gia lực lượng Thanh niên xung phong, mẹ tớ đổ đầy một bình tông nước sôi cho chị mang theo và dặn, lên tàu thì đặt cạnh chỗ ngồi, không thằng nào dám léo hánh, - Đa rủ rỉ kể chuyện nhà.

Nghe vậy, Bình phá lên cười, nhưng vội kéo ve áo chặn miệng. Thì ra, Đa cũng hóm ra phết.

*

Từ "Triết học", theo tiếng Hi Lạp cổ đại philosophia, nghĩa là "Tình yêu trí tuệ". Ôi, điều đó thật tuyệt vời. Mà ngẫm ra đúng thật, nếu các bậc thiên tài không khai sáng ra lí luận triết học, thì hậu thế nhận thức và giải thích thế giới thế nào đây?

Lặng lẽ ngồi vào cuối dãy ghế giả da, trên chuyến xe buýt cuối cùng trong ngày, về trường, Đa mường tượng về các tác phẩm triết học phương Tây. Thấy mấy thằng đang tuổi "vỡ tiếng", nom như bọn "công ti hai ngón", cứ lượn qua lượn lại cái bọc giấy của mình, với con mắt thèm muốn, Đa liền mở ra, lấy một cuốn và cắm cúi đọc. Bọn kia thấy vậy, liền nháy nhau nhảy xuống vệ đường.

Ánh đèn trần vàng vọt trên nóc xe chiếu xuống cũng đủ cho Đa lướt qua trang sách. Những dòng chữ tóm tắt in đậm: "Bốn nghi vấn của Kant". "Tôi có thể biết được gì?" Có chứ, Đa nghĩ, tôi biết bọn ăn cắp thất vọng trước tư tưởng triết học phương Tây và nhảy tàu. Công khai hóa tài sản của mình cũng là một sự cứu cánh. Nhưng với kẻ giàu thì phải giấu của, hoặc giả nghèo. Nếu không, sẽ trở thành mục tiêu của kẻ cướp và bọn ăn cắp, chúng không cần triết học. Đa lại cười. Vậy, người lương thiện có cần triết học hay không? Làng quê nghèo khó của Đa, tự ngàn đời, chẳng có nhà triết học nào khai sáng, dẫn dắt mà vẫn tồn tại và phát triển. Đầu làng, có cái bốt tây, chình ình án ngữ, đó là biểu tượng của bọn xâm lăng và khai hóa. Làng có ông hay chữ đi lính khố đỏ, bôn ba thế giới. Ông kể, từng gặp anh thanh niên Nguyễn Tất Thành, dân "cá gỗ" cũng đăng lính tây. Người làng hỏi, có học sao không đi dạy chữ mà lại đi lính đánh thuê? Ông ta bảo, dân xứ mình có khiếu nói xấu sau lưng và đánh nhau chí tử, chứ học cũng chỉ làm quan bóc lột dân lành mà thôi. Nói đúng ra, tôi đi răn bảo thế giới, cãi lại là bắn liền. Đoàng! Rồi ông lại nheo mắt cười cười. Ông sống cô độc và khi cái bốt tây bị phá lấy gạch xây chuồng trại chăn nuôi tập thể, thì ông cũng qua đời. Bây giờ, cả làng, ai cũng biết chữ Quốc ngữ, nhưng không đoái hoài đến cái ông Alexandre de Rohodes nào đó đã chế ra chữ Quốc ngữ cho dân ta dùng, mà chỉ nhớ công ơn trời biển của Đảng và gọi đó là "Chữ cụ Hồ". Ngẫm mới thấy có sự vô ơn và cướp công trong chuyện này. Nhưng Triết gia Kant lại không nêu giải pháp đạo đức cụ thể, mà chỉ đề cập đến tự do. Ôi, cái xứ ta, nếu đột ngột trời cho tự do, chắc hẳn sẽ có nhiều người lăn ra mà chết, như kiểu bội thực, sau nạn đói năm 1945.

Lần đầu tiên trong đời, Đa ngồi cạnh con gái, mà lại là gái thành thị, con "ông cốp", kể cũng hãnh diện và liều lĩnh. Hằng ngày, Bình vẫn mặc cái áo vải phin, quần vải láng, vẻ giản dị. Đôi khi, vào dịp cuối tuần hay ngày lễ, cô mới diện quần bò và áo phông, nom phong độ như nữ vận động viên bóng chuyền. Triết học có thể thay đổi bản chất nông dân cố hữu được chăng? Đa tự hỏi và cảm thấy bi quan. "Tôi có thể hi vọng gì?", lại thêm một câu hỏi nghi vấn nữa của Kant.

Sổ tay tu dưỡng: Đã bao lần mình và Đa tranh luận, về công thức của Mác, vấn đề bóc lột Giá trị thặng dư. Đó là phần giá trị do người lao động tạo ra, vượt quá mức giá trị sức lao động của nhân công, bị nhà tư bản cướp không. Giá trị thặng dư, kí hiệu là "m", có lẽ lấy chữ đầu tiếng Đức: Mehrwert, bởi theo tiếng Anh là Surplus value. Sau khi Đa nhập viện tâm thần, thôi chức lớp trưởng, mình "điền vào chỗ trống" và có dịp gần gũi với thầy Chủ nhiệm khoa hơn. Mình lân la hỏi chuyện, về "m", khiến thầy trợn mắt kinh ngạc và bảo, chính thầy cũng đã hỏi các giáo sư, tiến sĩ Liên Xô, nhưng họ cũng ậm ừ, có cái gì đó không ổn, cả về lí luận lẫn thực tiễn, nhưng một khi đã là bài giảng thì cứ theo giáo trình của khoa thôi. Nếu "m" chia hết cho người lao động, thì nhà tư bản cũng "bị cướp không" à? Mác luôn lớn tiếng lên án tư bản áp bức bóc lột người lao động và giải phóng phụ nữ, nhưng chính Mác cũng bóc lột thậm tệ người hầu gái He-len (Helene Dumath), thời Tây gọi là servente, tức con sen. Hằng tháng, Mác trả lương không tương xứng với sức lao động cô ta hầu hạ cả nhà, mà lại còn có con riêng với cô ta nữa, khiến Gien-ni (Jenny), vợ Mác mắc bệnh trầm cảm. Té ra, Mác vừa là ông tổ của chủ nghĩa cộng sản, lại vừa là tổ sư tư bản đỏ. Điều này, không chỉ đơn thuần về đạo đức xã hội, mà còn có thể đặt vấn đề tầm vĩ mô, chủ thuyết cộng sản có ý nghĩa khoa học và thực tiễn không, hay chỉ là vũ khí lí luận hào nhoáng của "băng cướp có lí luận", một thứ Maphia?

6.

Ra trường, Sâm không được về một viện nghiên cứu nào đó, như mong muốn, Viện Triết học chẳng hạn, mà lại bị phân công về dạy môn chính trị, tại một trường phổ thông cấp III, miền núi. Ồ, cũng núi rừng như làng mình. Trái Đất xoay tròn thật.

- Thầy chính trị cũng biết làm thơ nhá!

Nghe bọn học sinh kháo nhau, Sâm cảm thấy vui vui, thì ra, chúng hiểu chính trị khô khan, đối lập với thơ ca ướt át ư?.

Học một đằng, dạy một nẻo, lại không có kiến thức chuyên môn sư phạm, nên thời gian đầu, Sâm cảm thấy thiếu tự tin. Nhưng môn chính trị, cũng na ná như môn triết học đã bị chính trị hóa; mớ kiến thức về Đảng quang vinh, bác Hồ vĩ đại và tội ác của phong kiến, thực dân, đế quốc đã được học trong trường đại học, nay Sâm nhồi nhét lại cho đám học sinh trường phổ thông. Vả lại, chính trị chẳng bao giờ là môn thi tốt nghiệp, nên bị coi là môn phụ. Môn phụ thì bọn học sinh chếnh mảng, chỉ ghi chép vắn tắt, có khi là tên bài và mấy mục chính, vài ba cái gạch đầu dòng. Lấp vào chỗ trống cuối trang vở, đám nữ học sinh chép thơ thầy. Thế là, giờ giảng sinh động hẳn lên. Nhưng thầy giữ ý, sợ hiệu trưởng biết chuyện thì phiền, thơ phú lăng nhăng trong giờ chính trị là không có được. Sâm bèn đối phó bằng cách giảng xen các câu thơ của Hồ Chủ tịch, Tố Hữu và cũng có cả những câu không nêu tên tác giả. Bọn học sinh hiểu ngay, đó là thơ thầy. Thế là hai bên cùng hể hả. Thầy thỏa cơn khát phô diễn thơ, trò thì được thêm tiết học thoải mái, bù lại những khi phải nhằn môn toán khô khan và môn văn buồn tẻ. Dạy lâu, Sâm thuộc lòng cả giáo án. "Dòng đời lặng lẽ trôi". Câu thơ viết thuở sinh viên, như vận vào người.

Qua kì nghỉ hè, nhà trường thay mái lá cọ bằng ngói xi-măng, khiến Sâm giật mình nhớ tới khung cảnh Bệnh viện Tâm thần Trung ương và Đa. Giờ này, Đa ở đâu? Nghe tin, sau khi khỏi bệnh, Đa đã về quê, với cái bốt tây đầu làng. Còn Bình nữa, đâu như lại du học châu Âu. Khiếp, học nhiều thế thì có ngày vỡ cả đầu. "Hương đượm sóng tình trinh nữ ngủ". Cái mùi hương ấy mới ma mị làm sao? May mà mình chưa gửi thơ tặng nàng, sao mà thời đó sôi nổi và bồng bột vậy? Nàng dò được địa chỉ của mình và biết mình yêu thơ, nên tặng bài thơ của Pê-tô-phi (Sandor Prtofi), do nàng dịch từ tiếng Hung. Dòng hồi ức về những cuộc cãi vã trên hành lang giảng đường, do Đa khởi xướng, vật chất có trước hay ý thức có trước, cái nào quyết định cái nào? Sâm cù nhầy, tuyên bố, cái đó cũng giống như câu chuyện, con gà có trước hay quả trứng có trước? Cái quyết định quan trọng cuối cùng đối với cả hai là nồi nước sôi. Thế là hòa cả làng.

Mớ kiến thức triết học Mác-Lenin bỏ lại cổng trường. Bây giờ, nghĩ lại, học làm chi cho mệt, mớ kiến thức suông ấy có giúp được người đời cái gì không, hay chỉ khiến sinh viên nhập viện tâm thần? Có cậu sinh viên thở dài, ta thán: "Một thứ lí luận triết học đểu". Sinh viên nhiều trường kiến nghị bỏ môn Triết học Mác-Lenin và Kinh tế chính trị học Mác-Lenin. Bọn họ to gan thế kia chứ. Sâm nghĩ, với môn chính trị này, chỉ đọc giáo trình một tháng là có thể dạy được cả năm và thậm chí, làm hành trang suốt cả đời làm thầy. "Mệt mỏi và chán chường", cũng với tâm trạng ấy, thế mà thoắt cái đổi ngay thành "Hào hứng bơi rong chơi". Quả là, văn nghệ có sức mạnh vô song.

*

Kỉ niệm Khoa Triết thức dậy. Chẳng lẽ, mình cùn mòn, han gỉ dần đi mãi sao? Nghe tin, bạn bè, người đi tu nghiệp trời Tây, kẻ lên chức quyền rộn ràng khắp chốn. Nhưng mà cái thứ đom đóm lập lòe trong đám cỏ hôi như mình, thì thực vô vọng. Có lúc, mình chẳng còn tin vào mình, ngày qua tháng lại kẽo kẹt với môn chính trị ngán ngẩm. Thời chế độ miền Nam cũ, còn có triết lí giáo dục, chứ bây giờ, mang tiếng là quốc gia thống nhất, trên đường hội nhập thế giới, thế mà chủ trương giáo dục rất chung chung, thậm chí, mơ hồ: "Phát triển giáo dục là động lực thúc đẩy xã hội phát triển". Thế thì, có thể ghép vào bất cứ ngành nghề nào cũng được. Nó cần phải cụ thể, mạch lạc, tỉ như là: "Nhân bản, dân tộc, khai phóng". Ồ, nghe đâu, từ khi Liên Xô sụp đổ, thì tượng đài Lenin cũng bị giật đổ theo. Như thế có nghĩa là, nền giáo dục theo mô hình Xã hội chủ nghĩa đã tiêu tan. Vậy thì, xứ mình phát triển giáo dục với triết lí nào cho phù hợp, để giữ ổn định và chấn hưng đất nước. Có khi, dùng cái triết lí giáo dục Việt Nam cộng hòa lại hóa hay? Thì cứ chơi kiểu bình cũ rượu mới, có sao đâu, cùng trong một bọc "đồng bào" cả mà. Dân Bắc đã tràn vô sinh sống, tạo thế "cài răng lược" khắp cả miền Nam rồi. Nhân bản lấy con người làm gốc. Dân tộc độc lập với truyền thống văn hóa lâu bền, khai phóng giáo dục, tiếp cận văn minh thế giới. Hàn Quốc sao chép sách giáo khoa của Nhật Bản, góp phần quan trọng cho đất nước "hóa rồng". Bởi Nhật cũng sao chép sách vở tiến bộ từ châu Âu.

Sâm ngẫm ngợi và viết một bài tham luận, chuẩn bị tham dự Hội nghị Cải cách giáo dục toàn tỉnh.

*

Nhà nghỉ dưỡng Công Đoàn ẩn mình trong vườn

nhãn cổ thụ, nom như thể trang trại miền thượng du. Nghe nói, khi xưa, nơi đây thuộc Trường Canh nông thực hành, hệ cao đẳng duy nhất ở Đông Dương, nên thường được gọi là Trường Canh nông Đông Dương.

Cảm thấy hụt hẫng và bức xúc, khi bản tham luận đang đọc nửa chừng bị chặn lại, Sâm bèn lững thững dạo quanh, giải tỏa stress. Đường mòn qua đồi Sở, bên cạnh ao Đồi Sở, có tấm biển bê tông xi-măng, khắc chìm chữ Pháp: "Chemin du Tigre", ai đó viết sơn đỏ, dịch lại bằng tiếng việt: "Con đường hổ đi". Chắc hẳn khi xưa, nơi đây hoang vu lắm. Dòng sông Lô chảy theo thế "hoàn thủy", ôm lấy đồi Âm Nhạc. Mấy cụ già đang ươm tỉa vườn đào thế, bảo là, hồi đánh Tây, Đoàn Văn công nhân dân Trung ương đóng quân ở chốn này. Vòng xuống làng Tằm, còn thấy dấu tích những lò ươm tơ xây bằng gạch nung. Men theo tả ngạn, mùa nước cạn, lòng sông trong xanh nhỏ như con suối, phía thượng nguồn, núi Giùm (còn gọi là Sâm Sơn) soi bóng. Thời xưa, gia đình nhà văn Lan Khai tản cư dưới chân núi này.

Ngắm đền Pha Lô, toan xuống bến đò Canh Nông chơi, nhưng chợt thấy chuyến phà đang cập vào bến Nông Tiến, Sâm vô thức theo dòng người sang sông.

- Nhà thơ!

Có tiếng gọi bâng quơ, khiến Sâm ngơ ngác nhìn quanh phà, nhưng chỉ thấy đám dân thồ củi, dắt xe đạp đứng lố nhố xung quanh cái xe U-oát (Uaz). Bỗng cửa xe ô tô bật mở, Sâm sững sờ gặp lại tay biên tập viên tạp chí Thơ Ca.

- Biên đây, - tay biên tập hồ hởi, - vẫn làm thơ chứ? Nhưng sao chẳng thấy đăng ở đâu sất cả? - Biên xoắn xuýt, như thể gặp lại cố nhân.

- Thỉnh thoảng cũng làm dăm ba câu, - Sâm miễn cưỡng trả lời, lảng tránh ánh mắt tò mò của đám tiều phu thời hiện đại. Bởi Sâm biết, mình chỉ là nhà thơ quèn tỉnh lẻ mà thôi. - Em lên tỉnh dự Hội nghị Cải cách giáo dục.

- Bọn mình xuống dự Đại hội thành lập Hội Văn học Nghệ thuật tỉnh. Này, đi luôn cho vui nhá!

Biên kéo tuột Sâm lên xe, giữa bao cặp mắt kinh ngạc của hành khách.

Nhiều hội viên sáng lập của Hội Văn học - Nghệ thuật, thường gọi tắt là Hội Văn nghệ tỉnh cũng đã biết Sâm, bèn dắt vào dự đại hội luôn. Thế là, Sâm nghiễm nhiên trở thành hội viên, theo kiểu đánh trống ghi tên. Biên giới thiệu về "nhà thơ kiêm thầy giáo triết học", một cách đặc biệt trang trọng. Thế là đại hội liền bầu Sâm vào Ban Chấp hành hội. Điều định mệnh đó đã nhấc Sâm từ chân giáo viên chính trị trường huyện, chuyển sang Chánh Văn phòng Hội Văn nghệ tỉnh. Đúng là thi ca có sức mạnh thần kì.

Không ngờ bữa ấy, hụt hẫng trong Hội nghị Cải cách giáo dục, gây căng thẳng thần kinh, rất dễ khiến cho người yếu bóng vía trở thành bệnh nhân tâm thần, thì lại là bước ngoặt cuộc đời. Mỗi khi nhớ lại sự kiện có một không ai trong đời, y như một giấc chiêm bao, khiến cho Sâm cảm thấy như có sức mạnh siêu nhiên thần bí nào đó, đã thông qua người trần gian để giúp đỡ mình. Nhưng nếu mình tin vào Chúa cứu thế, thì có còn là đảng viên cộng sản nữa hay không? Đảng Cộng sản là tập hợp của những người vô thần và phản thần, để lãnh đạo công cuộc xây dựng xã hội chủ nghĩa kia mà. Đội ngũ ấy, tự coi mình là những người tiên phong, ưu tú nhất của giai cấp công nhân và quan niệm vật chất có trước, vật chất quyết định ý thức. Ai đi ngược với điều đó, đều bị quy là phản động, chống Đảng. Nhưng tay biên tập kia là có thực và việc dẫn dắt đưa mình lên đài thi ca thì khác nào Thiên sứ. Thiên sứ là người nhà trời. Ôi, lại sa vào cái vòng luẩn quẩn, quả trứng có trước hay con gà có trước?

*

Hội Văn nghệ xôn xao, khi một tay hội viên làm thơ chống Đảng. Máy điện thoại trên bàn làm việc của Chánh Văn phòng nóng lên, bởi các cuộc gọi liên hồi kì trận. Hội viên xì xào bàn tán và tự kiểm lại mình, xem có câu thơ nào đa nghĩa không? Điều lệ hội ghi rõ là, chỉ được sáng tác những tác phẩm theo phương pháp hiện thực xã hội chủ nghĩa, tức là chỉ được phép ca ngợi Đảng Cộng sản và Hồ Chủ tịch thôi. Nếu tác phẩm đa nghĩa, kiểu lập lờ hai mặt, hiểu thế nào cũng được thì chống Đảng chứ còn gì nữa? Nhưng không thể dễ dàng quy kết một con người, nhất là văn nghệ sĩ, trí thức, giới tinh hoa của xã hội. Sâm chợt nhớ câu kinh điển của Mác: "Nên biết hoài nghi". Và, Sâm tỉ mẩn đọc và chép lại bài thơ, rà soát kĩ từng dấu câu, lẫn chính tả của bài thơ:

Sao lại gọi là Tòa án nhân dân,

Nhân dân có can hệ gì đến vành móng ngựa?

Những bản án xử theo chỉ thị

Hay bộ luật kia bìa đỏ chữ vàng.

"Xe hòm" chở bị cáo vào buổi sáng

Rồi chở phạm nhân ra vào lúc chiều tà

Và cứ thế hành trình năm tháng

Bậc xe mòn bao nhiêu gót phạm nhân.

Những cái lá bàng rơi trên hè phố

Bay vào kia là của tòa rồi

Tôi rảo bước gió rung cây xào xạc

Không lá nào rơi vào đĩa cân treo

Màu trắng đen vẽ cạnh cổng ra vào.

Bài thơ *Đi bộ qua cổng Tòa án nhân dân* được một nhà thơ "chuyên nhòm qua lỗ khóa" báo cáo lên Sở Thông tin-Truyền thông, rồi phô tô chuyển lại Hội Văn nghệ, để nhóm "chân gỗ" viết bài phê phán, chuẩn bị dư luận đấu tố. Có lẽ, phải trưng cầu giám định. Nhưng giám định tác phẩm văn chương, có khi còn khó hơn chuyện y tế xét nghiệm mẫu bệnh phẩm. Bởi vậy, cần gửi lên trung ương, chứ địa phương, trình độ thành viên Hội đồng giám định làng nhàng, khác nào "cơm chấm cơm", có khi chữ "tác" đánh chữ "tộ" như bỡn, oan gia không phải là ít. Sâm biết, ở đâu cũng vậy, không ưa thì dưa có dòi, như thời đánh vụ Nhân văn Giai phẩm, văn nghệ sĩ phó mặc số phận cho bọn tiểu nhân định đoạt. Chúng cứ chụp cho người ta cái mũ "phản động", rồi hùm vào "đánh hội đồng", quy kết đủ thứ tội. Văn nghệ sĩ tự coi mình là "hạt thóc" hèn yếu, run sợ trước "đàn gà" bạo ngược…

Hội nghị liên ngành, Sâm được cử đi dự, với tư cách đại diện Hội Văn nghệ. Các đại biểu mang bộ mặt quan tòa đằng đằng sát khí, nom gớm chết.

- Bài thơ không rõ ý ca ngợi hay chống đối, tức là lập lờ hai mặt. Nội dung có ý bóng gió phê phán Tòa án nhân dân của chúng ta, tức là động đến cơ quan xét xử của Đảng. - Đại diện Tòa án khơi mào.

- Tất cả các cơ quan, dù là hành pháp, tư pháp, thậm chí, lập pháp cũng đều đặt dưới sự lãnh đạo của Đảng. Vậy, đối tượng cố tình tấn công vào sự lãnh đạo của Đảng ta.

Sâm như ngồi trên đống lửa, hội nghị phán xét về hội viên văn nghệ, mà tưởng như mình đang đứng trước vành móng ngựa. Toàn là những lời lẽ quy chụp vô bằng có. Thảo nào, thời cải cách ruộng đất, bọn tố điêu làm chết oan bao nhiêu trí thức nông thôn và những địa chủ, phú nông biết làm kinh tế giỏi, biết làm giàu từ ruộng đất. Nông thôn Việt Nam bị xóa trắng, về nền tảng văn hóa, đội ngũ trí thức và nhà giàu, chỉ còn lại hạng cùng đinh chân đất mắt toét và màu đỏ cộng sản mà thôi.

- Tôi đề nghị phải trưng cầu giám định trước khi xét xử. Giám định tác phẩm văn học nghệ thuật, nên đề nghị lên Hội đồng giám định cấp trung ương.

- Tỉnh không đủ trình độ à? - đại diện Tuyên giáo tỏ ra bức xúc, đập bàn quát lên. Cú đập mạnh đến nỗi, cái đồng hồ Pôn-jốt (Poljot) đứt quai, văng ra mặt bàn. - Những văn nghệ sĩ hàng đầu của tỉnh và cán bộ cơ quan chức năng ngồi lại với nhau mà luận tội chứ, cần gì phải cậy trung ương? - ông cán bộ Tuyên giáo nhìn Sâm thiếu thiện cảm.

- Tôi nghĩ, đây là việc hệ trọng, không chỉ liên quan sinh mệnh chính trị tác giả, mà còn ảnh hưởng tư tưởng đội ngũ văn nghệ sĩ tỉnh nhà. Nếu không cẩn thận, khi xét xử bị phản cung thì ai chịu trách nhiệm?

Nghe đến "trách nhiệm", các đại biểu đờ ra, đưa mắt nhìn nhau. Ai cũng sợ trách nhiệm. Đúng thì không sao, ai cũng có thể kể công, nhưng nếu sai, ai giơ đầu chịu báng? Suy cho cùng, nếu đúng cũng không bắt tội hắn được. Người xưa có câu: "Văn chương tự cổ vô bằng cớ".

Sâm nghĩ, không có tự do sáng tác văn học nghệ thuật cho văn nghệ sĩ, ắt dẫn đến tự do suy diễn, quy chụp của bọn tiểu nhân. Có lẽ, cần viết một bản kiến nghị về tự do sáng tạo văn chương. Tất nhiên, phải đặt trong khuôn khổ pháp luật. Nhưng pháp luật xứ ta là cụ thể hóa của chính trị, thế thì khác gì cái "vòng kim cô", luẩn quẩn không lối thoát. Nếu muốn tự do thực sự để sáng tạo các giá trị văn học nghệ thuật và khoa học công nghệ, thì phải đập bỏ cái "vòng kim cô" cay nghiệt ấy…

*

Nghe tiếng dép nhựa lê loẹt quẹt ngoài sân, Sâm biết ngay là hắn đến trụ sở hội quấy rầy. Sao ắng lâu vậy nhỉ? Hắn đâu? Bỗng nghe tiếng điếu cày rít lọc xọc ngoài hành lang. À, thì ra hắn hút thuốc lào. Cái kiểu hút thuốc quệt quạt của hắn cũng lạ, vặt một túm thuốc trong túi ni-lông (nilon), nạp vội vào nõ điếu, những sợi thuốc nâu xỉn, chườm cả ra ngoài như chùm rễ dương xỉ. Hắn châm thẳng ngọn lửa ga (gas) vào nõ điếu và nhắp nhắp mấy hơi cho bén lửa; đoạn, rít ngay lập tức, hút lõm cả má, trọn trừng mắt ngó lên những mái nhà lợp ngói xi-măng xám xịt, y như thể sợ ai cướp mất. Rít, bằng cả nội lực, rồi vừa phả khói, vừa ho rũ rượi. Hắn ho một hồi như chửi lại cái điếu. Dứt cơn ho, hắn lại mồi thuốc hút điếu nữa, điếu nữa, cho đủ ba điếu mới thôi. Thuốc ba điếu, cơm ba bát, cứ thế mà diễn. Hắn nói vậy và cũng làm đúng như vậy.

Nhưng từ cái độ bị quật lên bờ xuống ruộng, vì bài thơ phản động thì hắn cũng cảm thấy thấm đòn và chờn chợn, lúc nào cũng ngó quanh, như thể tìm kiếm kẻ rình mò, theo dõi và lo cách đối phó. Từ đấy, bản thảo nào cảm thấy "gai góc" là vợ con hắn xé liền, đốt ngay phi tang, không để lộ lọt ra ngoài.

Bạn bè văn chương thơ phú ít dám lai vãng, có việc gì cần thường rủ vài ba người cùng đến, bảo là cho vui, nhưng thực tế cốt làm chứng cho nhau, khỏi bị liên lụy.

- Anh định kiến nghị tự do sáng tác à?

Nghe hắn hỏi chưa hết câu, Sâm đã tái cả mặt.

- Vụ án Nhân văn giai phẩm, khi xưa, bắt đầu từ đám văn nghệ sĩ quân đội đòi tự do sáng tác. Thế là, alê hấp (Allez hop)! - Sâm thì thầm bên tai hắn, đề phòng có máy ghi âm nghe trộm; đoạn, nói to như thế cho cả cơ quan cùng nghe, - tự do sáng tác đã được ghi trong Hiến pháp, cần gì phải kiến nghị nữa, phỏng?

- Thế à, - hắn hiểu ý, nháy mắt cười cười một cách tinh quái và xọc những ngón tay gầy guộc, cáu bẩn lên mớ tóc bù xù như tổ quạ, rồi rống lên, - đúng, tự do sáng tác cũng đã từng ghi trong Hiến pháp, nhưng là Hiến pháp Việt Nam cộng hòa. Chế độ ấy bị tiêu diệt rồi. Phàm là những gì tiến bộ đều bị quy phản động và dùng chuyên chính vô sản tiêu diệt.

- Tôi lạy ông, - Sâm hốt hoảng bởi sự cố bất khả kháng, rỉ tai, - nó thì gô cổ lại, khổ thân; - đoạn nói to, - thôi về đi, chắc lại nốc rượu ở đâu rồi hả?

- Rượu, rượu cái con củ cặc, - hắn chửi tục, rồi lừ mắt quay đi. - Một lũ hèn, bồi bút. Bố làng nước, Hội Văn nghệ chúng mày là một ổ bồi bút! - Hắn gào lên với trời xanh.

Từ các ô cửa, thấp thoáng những mái đầu bạc ló ra, rồi vội thụt vào. Cả cơ quan văn nghệ tỉnh chết lặng. Tiếng dép lê của hắn nghe nhỏ dần, xa dần. Hắn về thật rồi, ai nấy thở phào nhẹ nhõm.

"Chuyện gì ấy nhỉ? Chả nghe rõ...". Ai cũng nhìn thấy và nghe rõ cả, nhưng đều vờ như không thấy, khỏi phải làm chứng, phiền phức. Sống lâu trong hoàn cảnh thật thật giả giả, rèn luyện cho người ta kĩ năng ứng xử khôn ngoan, vừa không mếch lòng hàng xóm láng giềng, bạn bè đồng chí, vừa không liên lụy đến tổ chức đoàn thể và cơ quan pháp luật. Nhưng nếu cần, vẫn có thể ngấm ngầm lén lút tố cáo, triệt hạ đối thủ...

*

Ngay chiều hôm ấy, có anh cán bộ đeo xà cột đến phòng Chủ tịch hội. Sâm cũng được gọi lên. Mấy người trong cơ quan giả vờ quét nhặt giấy vụn, lảng vảng xung quanh nghe ngóng.

Sâm đành phải tường trình lại sự việc, vừa bực lại vừa thương hắn. Giá mà chuyện cãi chửi nhau lại đi một nhẽ, đằng này đụng đến chính trị mới oái oăm, mà Sâm lại là người làm chứng. Có kẻ tay trong mách lẻo, mới ra nông nỗi thế này. Nhưng đấy mới là chuyện hắn. Còn chuyện của mình nữa, liên quan đến câu hắn hỏi bô bô ngoài thềm: "Anh định kiến nghị tự do sáng tác à?".

- Đảng, Nhà nước luôn tạo điều kiện cho văn nghệ sĩ tự do sáng tác. Chính vì thế mới lập Hội Văn học Nghệ thuật, - Chủ tịch hội phát biểu quan điểm chính thống, như thể trước hội nghị.

- Đại đa số anh chị anh văn nghệ sĩ đều đồng lòng theo Đảng, nhưng cũng có kẻ bất mãn, biến chất, lợi dụng tự do sáng tác, chống phá. Theo chỗ chúng tôi biết, thì địa phương chúng ta cũng có hiện tượng đáng lưu ý, - anh cán bộ mở xà cột, hé lộ cuốn sổ bìa đen.

- Tôi được phân công viết bài "đinh" cho số tới, chuẩn bị kỉ niệm ngày thành lập hội; trong đó, có đề cập đến vấn đề, đúng như ý đồng chí Chủ tịch hội chỉ đạo. - Sâm trưng bản thảo trình Chủ tịch Hội, nhưng mục đích chiềng ra cho tay cán bộ kia nhìn thấy.

Chiều, dắt xe ra cổng, cô văn thư thì thào bảo Sâm, bản thảo ấy, Chủ tịch hội đã bỏ vào xà cột của ông cán bộ rồi...

*

Hay là, mình bán mảnh đất được phân phối, khi làm giáo viên trường huyện? Tuy là phố núi, nhưng thổ đất nằm cạnh trục đường giao thông liên huyện cũng không đến nỗi rẻ mạt. Rồi thì, bán thêm đám nương, mảnh vườn và căn nhà ven suối trên làng đồi, có thể cũng đủ dựng căn nhà vách toóc-xi, mái ngói trong ngõ hẻm thị xã. Mình sẽ đón mẹ về. Chứ để mẹ ở một mình trong xó rừng, kể cũng ái ngại. Hằng ngày, có mẹ có con ấm cúng. Nhưng khi bàn chuyện, mẹ nhất quyết không bỏ làng. "Anh đi công tác, nay đây mai đó, thì mẹ ở với ai? Lúc trái gió giở giời biết trông cậy vào đâu?". Nghe vậy, chàng giật mình, bùi ngùi thương mẹ. Thì ra, ngần này tuổi đầu rồi mà vẫn cạn nghĩ. Vốn sống của mình chỉ dày về xã hội, nhưng còn mỏng về gia đình. Một con người thoát li gia đình thì mất nền tảng xây dựng đại nghiệp. Nhưng quá vấn vương gánh nặng gia đình, thì khác nào con chim bị ràng buộc vào cành cây, không thể cất cánh bay lên bầu trời cao rộng. Giải quyết hài hòa mối quan hệ giữa gia đình và sự nghiệp là một bí quyết thành công. Có phải thế không? Sâm chợt nhớ cuốn *Sổ tay tu dưỡng*...

*

Đêm lửa trại, chào mừng thành công Đại hội Đảng bộ tỉnh. Con bê thui vàng ươm được xe lăn kéo ra giữa sân. Mỗi người lăm lăm một con dao ăn bằng inox sáng loáng. Tân Bí thư Tỉnh ủy, sau lời chào mừng ngắn gọn, bèn sấn dao khai trương, mọi người hồ hởi tiến vào. Đột nhiên, Sâm nôn thốc nôn tháo, khiến đám đông nhăn mặt, ghê tởm.

- Trúng gió rồi, nốc cho lắm rượu vào!

- Chán cho cái đám văn nghệ sĩ, vịt què!

Ban tổ chức điều xe cứu thương, nháy đèn, rú còi đưa Sâm vào Bệnh viện Đa khoa tỉnh. Nhưng kíp bác sĩ trực cấp cứu không khám ra bệnh gì. Họ đâu biết, đó là tâm bệnh.

Lửa trại rừng rực và con bê thui, khiến Sâm nhớ lại đêm giao thừa nhà cháy, bố chết, mất tết. "Quân ăn thịt người!", Sâm gào lên. Đám y, bác sĩ ngơ ngác nhìn nhau. Sau khi hội chẩn, Sâm được chuyển vào Khoa Tâm thần.

- Đúng là đầu óc "cụ Chánh Văn phòng" của tôi, có vấn đề rồi, nên mới nghĩ ra các trò kiến nghị về cải cách giáo dục, với lại tự do văn nghệ, chứ người tỉnh táo, ai dại gì mà "mó dái ngựa", như thế? - Chủ tịch hội thêm chữ "cải cách" khi trao đổi với Giám đốc bệnh viện, cho nặng kí.

- Nhưng mà, từ hôm nhập viện tới nay, ngoài câu phát ngôn bột phát kiểu say rượu như vậy, chưa thấy có biểu hiện gì bất thường, - Giám đốc bệnh viện chân tình thuật lại, - chúng tôi sẽ cho xuất viện.

- Chuyển tuyến trung ương hay sao? - Chủ tịch hội sốt sắng hỏi.

- Không, có điên rồ gì đâu mà phải đi Thường Tín? - Giám đốc bệnh viện ngạc nhiên hỏi lại.

- Tâm bệnh! - Chủ tịch hội phán một câu vô thưởng vô phạt, rồi chuồn; nghĩ bụng, rước một người "có vết" thế này về cơ quan, khác nào đặt trái bom nổ chậm vào dưới "cái ghế" của mình...

7.

Môn Chủ nghĩa xã hội khoa học là gì nhỉ? Có xã hội Xã hội chủ nghĩa đâu mà tồn tại khoa học về nó nhỉ? Cái chân kiềng ban đầu của Chủ nghĩa Mác là Xã hội chủ nghĩa không tưởng Pháp, đã không tưởng thì khoa học cái nỗi gì? Khi bị tống vào Khoa Tâm thần, Sâm giật nẩy mình, chợt nhớ lại, *Sổ tay tu dưỡng* từng viết lời tiên tri rằng, một ngày nào đó, mình có thể trở thành bệnh nhân trong trại tâm thần. Định mệnh ư? Khi một người tự nhận biết được số mệnh của mình, thì sẽ chiến thắng được số mệnh. Ồ, mình sẽ ghi điều đó vào cuốn sổ tay tu dưỡng. Nhưng hỡi ôi, dòng đời quăng quật, những thứ phù hoa rơi rụng dần, về già, chỉ còn trơ lại cốt lõi mà thôi.

Một âm mưu hay sự vô tình? Sâm trăn trở, dằn vặt khôn nguôi. Mình hoài cổ, hay nhạy cảm? Một sự kích động tâm lí, hay thần kinh bị tổn thương?

Thời đó, sinh viên được dạy dỗ rằng, ba bộ phận cấu thành Chủ nghĩa Mác-Lenin; gồm: Triết học cổ điển Đức, Kinh tế chính trị Anh và Chủ nghĩa xã hội không tưởng Pháp. Bây giờ, ba bộ phận ấy lại là Triết học Mác-Lenin, Kinh tế chính trị học Mác-Lenin và Chủ nghĩa xã hội khoa học. Thật kì lạ, chủ thuyết đã được nhuộm phẩm màu mới, thậm chí còn bịa đặt ra cả Tư tưởng Hồ Chí Minh, để đi kèm với Chủ nghĩa Mác-Lenin nữa. Phi lí đến thế mà người ta cũng tạo ra được, thực khôi hài. Các Mác (1818-1883), Lenin (1870-1924). Như vậy, khi Mác chết thì Lenin mới là cậu thiếu niên, thì làm sao có thể ghép Mác cùng Lenin vào cả ba chân kiềng làm nền tảng chủ nghĩa Mác được?

Anh bạn Đa, từng bị tâm thần khi đang theo học môn Triết Mác-Lenin. Còn mình, nung nấu ý tưởng cách tân giáo dục và tự do sáng tác văn nghệ cũng bị tống vào nhà thương điên, như thế này đây. Khái niệm đổi mới, chủ yếu về kinh tế cho sang trọng, chứ thực ra là thoát li Mác-Lenin, quay về với các giá trị chân chính của nhân loại, mà trong quá trình xây dựng xã hội Xã hội chủ nghĩa đã bị cố tình chà đạp. Còn chuyện canh tân là đổi mới chính trị xã hội thì không dám đề cập, sợ bị sụp đổ theo Liên Xô.

Tri thức tích lũy tràn đầy, nhưng không cống hiến được, thì tri thức ấy cũng mốc meo và hộp sọ trở thành cái bồ rách mà thôi. Đổi mới tri thức là quá trình thay đổi nhận thức, có thể là sự tăng tiến dần đều, hay đột biến. Thiên tài bộc lộ trong khâu đột phá, có khi, ngay lúc đầu xanh tuổi trẻ, cũng có thể là lúc đã ngả bóng, xế chiều. Một khi, xã hội không có tri thức sẽ trở về thời kì Nguyên thủy, ban đầu. Sâm ghi vắn tắt mấy ý, vào *Sổ tay tu dưỡng*: Không có tri thức, xã hội sẽ trở về Nguyên thủy…

Nhưng trí thức cũng cần có môi trường để trau dồi kiến thức. Tri thức không chỉ trong sách vở chất chứa đầy thư viện, mà còn là thực tiễn sinh động. Không đâu sôi động hơn đô thị, nơi đó tập trung tinh hoa giới trí thức. Phải lội ngược dòng về Thủ đô cũng là một cuộc cách mạng. Nếu mình vẫn cố thủ chốn này, thì sớm muộn cũng bị tống trở lại Khoa Tâm thần mà thôi.

Ồ, con đường nào quay trở lại Thủ đô? Đột nhiên, Sâm nhớ tới tay biên tập viên tạp chí Thơ Ca. Nghe đâu, anh ta đã giữ chân Thư kí tòa soạn.

*

Tòa soạn tạp chí Thơ ca nằm bên một phố vắng, không khí có vẻ tĩnh mịch giữa Thủ đô náo nhiệt, đã tạo ấn tượng với Sâm. Đúng rồi, Gớt (Geathe) từng nói, trí tuệ hình thành trong tĩnh lặng. Thời sinh viên có qua đây vài ba bận, nhưng sau bài đầu tay đăng tạp chí hồi ấy, lặng đến giờ mới hâm lại. Ngày xưa vô tư, tự nhiên nhi nhiên, bây giờ là một cuộc toan tính, trường đời quăng quật dạy cho Sâm mưu mẹo. Mưu mẹo khiến con người khôn ranh, thủ đoạn để tìm kiếm lợi ích, các cụ xưa gọi là cuốc giật vào lòng. "Giật" mà dùng sức mạnh cơ bắp là chuyện thường, chỉ dụng mưu tính kế mới là thắng lợi vẻ vang.

Sau một hồi chuyện phiếm, Biên phàn nàn:

- Sắp đến dịp kỉ niệm Ngày thành lập Đảng, mà héo bài quá.

Bỗng xuất hiện một người đàn bà son phấn thơm lừng, váy áo xênh xang, từ phòng Tổng Biên tập bước ra, gật đầu chào xã giao với Sâm và nói với Biên:

- Chị đi họp trên Thành ủy, nhớ chuẩn bị bài vở số kỉ niệm cho chu tất vào nhé.

- Xin giới thiệu với bạn, chị Thi, Tổng Biên tập

tạp chí Thi ca; - đoạn, quay sang Thi, - đây là bạn Sâm, cộng tác viên của chúng ta.

- Thế hả, - chị ta xòe bàn tay cho Sâm bắt, - có bài hả?

- Dạ, vâng, thơ tình lẻ thôi ạ, - Sâm loay hoay rút ra mấy tờ giấy A4, Bãi Bằng. Tuy lâu không đọc tạp chí Thơ ca, nhưng Sâm cũng đoán biết tiêu chí của nó, nên chuẩn bị mấy bài tươm tất, có nêu cao tính Đảng, tính giai cấp, tính đại chúng được coi là giá trị cốt lõi của tác phẩm, viết theo phương thức hiện thực xã hội chủ nghĩa, thịnh hành và giữ vai trò chủ đạo, trong nền thi ca cách mạng. Thuận theo là cách sống khôn ngoan của kẻ yếu thế.

Tổng Biên tập liếc qua, tỏ ra sành sỏi, phán liền:

- Được, - Thi nghiêng đầu điệu nghệ, nheo mắt quan sát tác giả và hỏi câu xã giao, thăm dò, - trước học ở đâu? - Thi vừa trò chuyện, vừa đưa tập bản thảo cho Biên.

- Khoa Triết, Đại học Tổng hợp, thưa chị, rồi được phân công "gõ đầu trẻ' trên miền núi.

- Thế hả, cùng dân Tổng hợp, nhưng mình Khoa Văn.

- Hay quá, coi như Tổng Biên tập đã duyệt nhá.

- Biên sấn vào, tỏ vẻ xởi lởi, - hay là về quách tòa

soạn với tớ?

- Dạ!

Sâm dạ dịp một tiếng, rồi ngước nhìn Tổng Biên tập, như thần dân chờ chiếu chỉ Nữ hoàng. Nhưng cô ta biết cái giá của mình lúc này, nên ngúng nguẩy bước đi; đồng thời, buông một cái mồi:

- Chào bạn nhé, tôi phải đi họp gấp. Nếu cần, sẽ trao đổi sau...

- Này, em có mấy can mật ong rừng, biếu chị Tổng Biên tập và ông đây, - Sâm nói to, cốt để Thi nghe tiếng, nhưng lại tỏ ra vô tư, không thèm nhìn theo "Nữ hoàng", mà lúi húi mở túi lấy quà, đặt lên bàn.

- Nhiều thế, ngỡ vài chai là cùng, những mấy can thế này, y như thể đi buôn. Thôi được, để tôi nói khó với chị ấy, - Biên nheo mắt, cười ranh mãnh.

VIỆN NGHIÊN CỨU XÃ HỘI

8.

Nghe tin Việt Minh phất cờ đánh Pháp, đuổi Nhật, giành lại giang san, nhưng Hoàng phải cố học cho xong môn toán, tuy học từ xa mà lại đỗ xuất sắc. Với hành trang ấy, Hoàng bèn từ biệt quê hương miền Trung, cuốc bộ lên Việt Bắc. Vừa len lỏi qua đồn bốt, vừa tranh thủ dạy học, kiếm sống. Trải qua bao tháng năm gian khổ, Hoàng đã đi qua chặng đường dài dằng dặc, hàng ngàn cây số và chiến khu đây rồi, những bản làng người Thổ, người Mán hiện ra trong rừng tre, đồi cọ.

Hoàng được cách mạng bố trí dạy học cho con em cán bộ và bà con dân tộc trong vùng. Hoàng tranh thủ học thêm tiếng Pháp, mầy mò tự học tiếng Trung, tích lũy thêm vốn tri thức. Thấy Hoàng chịu khó, chịu khổ và thông minh, lanh lẹn, nên Việt Minh bèn giới thiệu sang Trung Quốc học hỏi thêm. Thế là, Hoàng lại tay xách nách mang, vượt hàng ngàn cây số nữa, du học. Và, tại đây, Hoàng tự học thêm tiếng Nga, tiếng Anh, rồi lại được cử sang Liên Xô tu nghiệp.

Cứ thế, đi và học, học và đi, từ làng quê ra chiến khu, rồi từ chiến khu xuất ngoại. Giày dép mòn đế, nhưng tầm vóc ngày một lớn khôn, trí não ngày càng phát triển, tri thức càng dày thêm. Đam mê của Hoàng là toán, từ những bài toán với bốn phép tính cơ bản cộng, trừ, nhân, chia, nhưng đã làm bệ phóng cho những công trình mang tầm vóc lớn, vượt khỏi quốc gia, vươn ra quốc tế. Các nhà khoa học thế giới thán phục các công trình toán học ứng dụng của Hoàng, về Lát cắt (Cut), Lý thuyết tối ưu (Global Optimization), Định lí Minimax, Quy hoạch lõm... Những danh hiệu khoa học và chức danh quản lí, nào là Giáo sư, Tiến sĩ; nào Viện sĩ, Viện trưởng, tưởng đã đưa Hoàng lên tột đỉnh vinh quang. Nhưng tất cả không làm Hoàng thỏa mãn. Ham học, tự học và gắng học đã tạo nền tảng cho Hoàng độc lập suy nghĩ, tiến tới phản biện những vấn đề xã hội, trên cơ sở khoa học và thực tiễn. Đã bao lần cùng bè bạn luận bàn thế sự, ai cũng đau đáu tinh thần trách nhiệm xã hội của người trí thức, được nhân dân nuôi dưỡng, chăm lo, mà chưa làm tròn bổn phận kẻ sĩ đối với Tổ quốc, Dân tộc.

- Trái với nền giáo dục thời Pháp, chế độ xã hội chủ nghĩa đào tạo ra những chuyên viên, hơn là những trí thức. - Tiến sĩ Phan đau đớn thốt lên.

- Nói đúng hơn, đó là trí thức công cụ. Mà này, học thuyết của Mác đã lỗi thời, - Hoàng cũng xắn tay nhập cuộc, - thuyết Hiện sinh đề cao tự do và trách nhiệm cá nhân đấy, Tiến sĩ ạ.

- Đúng thế, em đã nghiên cứu Hiện sinh, Nhân vị khi sang Tây du học rồi mà, - Phan tỏ ra đồng cảm, - nhưng từ Đại hội Tua (Tours), ông Quốc đã ngả theo cộng sản và ông Minh tiếp tục vận dụng học thuyết Mác, dưới bàn tay dẫn dắt của anh Tàu, khiến cho đất nước lâm vào ngõ cụt, không xứng với sự hi sinh xương máu của bao anh hùng liệt sĩ. Họ chỉ biết theo Việt Minh giành độc lập dân tộc, chứ đâu có hay rằng, "Độc lập dân tộc gắn liền với Chủ nghĩa xã hội" và "Chủ nghĩa xã hội là giai đoạn đầu của Chủ nghĩa cộng sản". Đúng là một cú lừa lịch sử, theo kiểu nhử mồi. Nhà tư tưởng Pháp Mông-téc-xki-ơ (Montesquieu) chỉ ra rằng, nếu nhà cầm quyền vừa lập ra luật, vừa thi hành luật, thì có thể phá nát quốc gia và nếu nắm luôn cả quyền xét xử, thì có thể đè nát công dân theo ý muốn.

Đó cũng là nỗi khổ tâm trăn trở của Hoàng, người trí thức phải biết phản biện xã hội, còn chuyên viên thì chỉ là kẻ có học, làm công ăn lương mà thôi.

- Tổng Khàn mời anh em mình xuống Đồ Sơn, để nghe thuyết giảng, về "Quyền làm chủ tập thể Xã hội chủ nghĩa". Đi không? - Hoàng phân vân hỏi.

- Đi chứ, anh. Em có nghe nói về cái mớ hầu lốn này rồi, - Phan hào hứng như chuẩn bị xung trận, - em sẽ bóc mẽ sự vô lối.

- Cẩn thận, - Hoàng cảnh báo, - ông ta hãnh tiến lắm đấy, chỉ thích tâng bốc thôi. Nghe nói, đám bậu sậu đã tung hô, coi đó là đóng góp to lớn vào kho tàng lí luận của chủ nghĩa Mác-Lênin rồi đó.

- Thế kia à? - Phan giật mình, rồi tỏ ra nghi hoặc hỏi lại, - lạ nhỉ? - đoạn, xốc lại cổ áo sơ-mi trắng có kẻ ca-rô đậm nhạt như một tấm lưới và khẳng định như đinh đóng cột, - nhưng cái thứ hoang tưởng đó, phải chấm dứt từ đây.

- Hồi trên chiến khu Việt Bắc, mình gặp nhiều nhân sĩ, trí thức, ngỡ là họ nhiệt tình cách mạng đi theo kháng chiến. Về sau, mình mới biết, trong đó nhiều người có tư tưởng tự do, nên cụ Hồ bí mật cho đi an trí, vừa để theo dõi quản lí, cũng vừa để làm đẹp cho bức tranh kháng chiến thần thánh, một tấm lưới màu, như tấm áo ca-rô kia, - Hoàng đánh mắt nhìn áo Phan và cười ranh mãnh; đoạn nói, - chẳng hạn như Bác sĩ Trần.

- Em có biết trường hợp này, - Phan tỏ ra am hiểu ngọn nguồn lạch sông, - nhưng rồi, hòa bình lập lại, vị bác sĩ đó vẫn được cử làm Đốc lí Hà thành đấy thôi.

- Thì thế, vẫn có tấm lưới đó, - Hoàng khẽ thở dài.

Phan bàng hoàng, nhưng trấn tĩnh được ngay, - thì cánh ta cũng đang bị "khoác áo ca-rô". A hà hà…

Thời phong kiến, vua đặt ra chức Gián quan để can ngăn khi vua lệch lạc, nhưng cũng có thể bị bãi chức, thậm chí chết dưới lưỡi kiếm của nhà vua. Trong chế độ độc tài, phản biện là điều nguy hiểm, dễ bị khép tội phát ngôn trái với chủ trương, đường lối của Đảng, như thế cũng có nghĩa là chống Đảng, tội vạ tày trời. Nhưng một khi đã mang danh là nhà trí thức mà cứ ngậm miệng ăn tiền, thì hổ thẹn vô cùng. Trong khi đó, vô khối kẻ có học vấn, bằng nọ danh kia đầy mình, nhưng chỉ cầu danh lợi, a dua, nịnh bợ kẻ có chức quyền cầu tiến thân, hòng vinh thân phì gia mà thôi. Biết bao ý kiến tâm huyết của giới trí thức trình lên Trung ương Đảng, Chính phủ, Quốc hội, Mặt trận… đều bị những người mang trọng trách đứng đầu đất nước, bỏ ngoài tai. Họ không biết lắng nghe, hay không cần lắng nghe ý kiến của trí thức, thậm chí là tiếng cả kêu than của dân chúng? "Người cộng sản không cần phải nghe góp ý", Tổng Khàn đã từng tuyên bố như vậy. Quả là bệnh kiêu ngạo cộng sản đã đến mức trầm kha. Vậy, Đảng có cầu thị, thay đổi đường lối khi lí thuyết Chủ nghĩa Mác-Lênin đã lỗi thời? Cộng sản có đại diện cho quyền lợi của nhân dân, hay chỉ vì Thế giới đại đồng, với Chủ nghĩa cộng sản, vốn là những mục tiêu vô vọng?

Không, người trí thức không thể nóng vội, phải kiên trì. Rất may, đến thời Sáu Dân làm Thủ tướng, thì Ban Nghiên cứu được thành lập, sau đổi tên thành Tổ Tư vấn, với cái tên nguyên thủy là Tổ Chuyên gia tư vấn về cải cách kinh tế và cải cách hành chính. Thế là kẻ sĩ có đất dụng võ, Cựu Phó thủ tướng Việt Nam cộng hòa cũng được mời và hồ hởi tham gia. Hãy thử tưởng tượng xem, hàng triệu người có học, với hàng trăm trí thức đầy ắp trí tuệ mà không có chỗ cống hiến, khác gì cây quế giữa rừng hoang...

Oái oăm thay, đến thời Thủ tướng Ba Ích, liền xuống tay giải thể Ban Nghiên cứu của Thủ tướng, lẫn Tổ Nghiên cứu đổi mới. Giới trí thức bàng hoàng, ngỡ như sét đánh bên tai. Thế là trí thức lại trở về thư viện mà "sôi kinh nấu sử". Anh chị em thường đắng cay nhắc lại truyện cổ tích dân gian Nga, "Ông lão đánh cá và con cá vàng" rằng, lại trở về với "cái máng lợn cũ".

Trước tình hình đó, dăm ba anh chị em giã từ Ban Nghiên cứu Thủ tướng, cùng với Hoàng tập hợp thêm anh chị em có trình độ cao, tinh thần phản biện mạnh mẽ và khôn khéo, lập nên nhóm nghiên cứu chín người. Nhưng một khi đã mang danh là trí thức thì hành động phải đường hoàng, danh chính ngôn thuận, thế là phân công nhau gây dựng Viện Nghiên cứu Xã hội, phân công chức danh Chủ tịch, Viện trưởng, Viện phó và các thành viên. Hồ sơ đã lập chặt chẽ, để đăng kí với Sở Khoa học và Công nghệ Hà Nội. Nhưng Viện cần địa điểm đặt trụ sở giao dịch nữa là hoàn thiện. May mắn là lãnh đạo sở cũng như tạp chí đều là học trò cũ của anh chị em trong viện, nên thủ tục cũng lẹ làng. Đúng là nhất thân, nhì quen...

*

- Chị à, - Sâm thẽ thọt, - mấy cụ giúp việc Thủ tướng...

- Thủ tướng nào? - Sâm chưa nói hết câu, Thi đã giật mình, hỏi dồn.

- Các cụ giúp việc thời ông Sáu Dân đến nay, - đoạn, Sâm nhẩn nha điểm tên từng các Thủ tướng và Cố vấn, một cách rành rẽ.

Nghe tên tuổi lẫy lừng bấy lâu, toàn là các cụ Giáo sư, Tiến sĩ, cấp hàm Thứ trưởng, Bộ trưởng cả, khiến Thi toát mồ hôi, hỏi gấp:

- Có việc gì, nói lẹ xem nào?

- Bây giờ, tuy cao tuổi, nhưng trí tuệ các cụ còn minh mẫn lắm, nên muốn tiếp tục cống hiến trí tuệ cho đất nước. Do vậy, các cụ lập Viện Nghiên cứu Xã hội, tiếng Anh là ISS, - Sâm cố nhớ cụm từ tiếng Anh, nhưng nghĩ mãi không ra, đành nói mấy chữ cái viết tắt. Vả lại, Thi cũng chỉ biết dăm câu ba điều, tuy có bằng "C" tiếng Anh hẳn hoi.

- Các cụ định ra số chuyên, trên tạp chí Thơ ca à? - Thi mau miệng, phán đoán.

- Chả là, viện phải chính danh, hồ sơ đăng kí Sở Khoa học-Công nghệ thành phố, nhưng còn thiếu địa điểm. Em biết tạp chí chúng ta, biệt thự rộng rinh. Chị cho các cụ mượn tầng một, vừa có tiếng thơm, lại vừa có chỗ dựa, lúc cần.

Nghe đến đây, Thi biết là chuyện lớn rồi, không cho các cụ mượn là không xong. Tuy rằng chỉ là địa điểm treo cái biển cho hợp pháp, nhưng hệ trọng, liệu có bị chiếm đoạt không? Cái này phải tính.

- Để chị hỏi ý kiến các anh trên Thành ủy đã nhé, - bất chợt, Thi nhìn Sâm lom lom, - sao cậu lại quen biết toàn các cụ "cốp" thế nhỉ?

- Thì em học cùng cô Bình, nay cũng là Viện phó của viện đó mà, - Sâm tỏ ra từng trải, sành sỏi. Như sực nhớ ra điều gì hệ trọng, Sâm hạ giọng, hỏi nhỏ, - cô Bình hỏi lãnh đạo thành phố rồi. Tất cả đều hướng về tầng một tạp chí của chúng ta, chỉ chờ ý kiến của chị nữa thôi.

- Có phải cô Bình, trước ở Phòng Công Thương Việt Nam, rồi sang giúp việc Thủ tướng không nhỉ? - Thi tư lự, hỏi lại, tuy trong bụng cũng có ý thuận rồi. - Cậu làm bạn được với các nhân vật nổi tiếng thế cơ à? - mắt Thi nhìn Sâm, nom như dại hẳn đi.

Thi chắp hai tay sau gáy, mắt nhìn ra cửa sổ mà tưởng như không thấy gì, trong lòng toan tính lung lắm, khiến cho bầu ngực phập phồng. Bỗng có tiếng còi xe "toe, toe" ngoài phố, kéo Thi về thực tại.

- Được, chị quyết!

- Đúng là các cụ chọn mặt gửi vàng, - Sâm mồm thêm một câu, coi như chốt hạ.

9.

- Sau mấy chục năm rồi, chúng... - Sâm lưỡng lự tìm từ ngữ cho phù hợp hoàn cảnh, sợ Bình hiểu lầm về mình. Có lẽ, dùng từ "chúng ta", hay hơn là "chúng mình".

- Mấy chục năm rồi "chúng...", ra sao? - Bình đưa mắt tinh nghịch, dò hỏi.

- Chúng ta mới lại đi cùng nhau, thế vầy. - Sâm biến báo.

Cô gái phục vụ mang ra hai tập thực đơn, bìa giả da, đưa cho từng người và khẽ hỏi:

- Cô chú dùng gì ạ?

- Sâm thì nâu đá, còn Bình? - Sâm ngảnh sang kể câu chuyện vui, - vô Nam, gọi nâu đá là không có được, phải kêu, cho hai li cà-phê sữa đá, nghen!

Cô phục vụ phì cười, yểu điệu đi vào quầy.

- Mấy chục năm rồi, chúng mình, - Bình nhấn mạnh từ "chúng mình" đầy ngụ ý và cười cười, - cùng đi xe đạp xuống Thường Tín thăm Đa, nhớ không?

- Nhớ chứ, nhưng mình sợ bạn buồn, nên không dám nhắc tới nữa, - Sâm khẽ thở dài, - Bình biết tin gì về Đa chưa?

- Rồi mà, trước khi đi Hung, mình tìm về thăm Đa, nhưng không thấy bốt tây, - Bình thở dài, buồn man mác.

- Ngôi làng xưa gần bốt tây, mà Đa hay kể đó, nhưng bốt đã bị phá từ lâu rồi, - Sâm ái ngại nhìn Bình.

- Thảo nào… - Bình thanh minh.

- À, sách triết học phương Tây, Đa gửi trả cho ông thân sinh Bình. Mình đến phố Lý Nam Đế chẳng tìm được số nhà. Số nhà Hà Nội là một trận đồ bát quái.

Cô phục vụ bưng khay cà phê ra, thanh mình:

- Chúng cháu không biết cô, chú uống đậm, nhạt ra sao, nên pha hai li cùng số.

- Ha ha... - bất giác Bình cười to. Bây giờ, không cần giữ ý như với Đa ngày xưa nữa, - sao tự nhiên lại cùng sở thích thế nhỉ? Sách đâu? - Bình lặp lại câu hỏi của Đa.

- Để sẵn trong cốp xe máy kia, chỉ chờ có dịp là trao tận tay, theo lời dặn của Đa. Thú thật, mình đã đọc đi đọc lại nhiều lần, - Sâm nói một cách say sưa, - nhưng sao triết học phương Tây nó đượm màu trí tuệ, còn phe ta thì chính trị hóa. Chính trị hóa đủ mọi thứ, kể cả khoa học, nên khoa học xã hội và chính trị na ná giống nhau. Người ta thì hết trường phái nọ, đến trào lưu kia, vận động không ngừng, nên thế giới mới có cơ hội phát triển, cá nhân thăng tiến. Xứ mình thâm canh mỗi thứ duy vật biện chứng lỗi thời, buồn chết đi được.

Bình lơ đãng khuấy cà-phê, hình tượng Đa vẫn ám ảnh tâm chí cô. Bỗng ngoài bờ hồ có tiếng ồn ào. Mấy cô phục vụ tất tả chạy ra xem.

- Trẻ con ngã xuống hồ như hôm nọ à? Người già, trẻ em nườm nượp đi lại suốt ngày, thế mà không dựng lan can nhỉ?

- Không, cụ rùa lại nổi lên, điềm lành, - mấy cậu trông giữ xe thông báo văn tắt.

- À, xứ ta còn có cả Nhà Nghiên cứu "Rùa học" nữa, - Bình nhấp ngụm cà phê và mỉa mai, - bảo là nghiên cứu mấy chục năm rồi, nhưng không phân biệt nổi giữa rùa và giải, nên đánh đồng tất cả làm một.

- Chính Mác phê phán Hê-ghen (Hegel) là "đi lộn đầu xuống đất", nhưng chỉ cần lật ngược lại phép biện chứng duy tâm, lại thành tiền đề cho lí luận duy vật biện chứng. Hê-ghen cho rằng, khởi nguyên vạn vật là "Ý niệm tuyệt đối". Mác lại quan niệm vật chất có trước. Rõ thật là, triết học cũng xung đột. Có khi những người cộng sản đúng, khi cho rằng, đấu tranh giai cấp thúc đẩy xã hội phát triển, - Sâm vẫn nghĩ về đống sách triết học mà Đa gửi lại, nhưng ngữ điệu lại mang màu sắc hài hước,

- và giờ đây, đấu tranh một mất một còn vẫn hiện hữu, khiến cả rùa và giải đều biến khỏi hồ Gươm. Học thuyết Mác-Lenin được ví như "kim chỉ nam", nhưng khốn nỗi, nó sai ngay từ khởi thủy. La bàn đảo chiều thì làm sao chỉ phương hướng cho đúng được nhỉ? Về sau, mình đọc tập bài giảng về Mĩ học của He-ghen; trong đó, ông bàn về cái đẹp trong sáng tạo nghệ thuật, hay nói cách khác là triết học sáng tác nghệ thuật, thì mới giải tỏa được nhiều điều.

- Một cuốn sách rất khó đọc, kén độc giả, - Bình đưa đẩy cho câu chuyện thêm phần ý vị. - Quán cà-phê Bờ Hồ bây giờ, có khác nào Khu vườn Akademia của Platon, thời Hi Lạp cổ đại, - và Bình nhắc khéo Sâm, - cẩn thận, kẻo lại theo gót Đa, lúc nào cũng triết học, triết học... - chợt Bình nghẹn lời, nhìn Sâm trân trân, vẻ hối lỗi. Tách cà-phê đổ lênh láng ra bàn. Cái tách sứ tàu, rơi xuống nền gạch men, vỡ tan tành.

Cô phục vụ vội vã mang cái gàu hót rác bằng nhựa màu đỏ và cái chổi nhựa màu xanh ra gom những mảnh sứ vỡ. Những mảnh sứ tàu sắc lẻm như lưỡi dao. Bình vội mở ví trả tiền cà-phê và đền luôn cái tách vỡ. Mấy cô phục vụ quầy quậy chối từ.

Chả lẽ, mình cũng sẽ vào trại tâm thần và chết

mòn mỏi như Đa? Sâm đờ đẫn cả người. Nhưng nhác thấy Bình mở ví, bản tính đàn ông trỗi dậy, Sâm gạt Bình ra và giành quyền trả tiền. Bình đành lui bước và khẽ nói: "Bình xin lỗi, vô tình thôi". "Không sao, cám ơn nhà tiên tri". Nghe vậy, Bình đứng như trời trồng, nước mắt chan hòa...

*

Tấm biển "VIỆN NGHIÊN CỨU XÃ HỘI", bằng chữ Quốc ngữ in hoa, đủ dấu được trưng lên trang trọng, giữa mặt tiền của ngôi biệt thự, khiến không gian nơi đây vốn trầm mặc cũng như sáng lên. Mấy người còn xướng to dòng chữ bằng tiếng Anh "Institute of Social Study". Trên ban công tầng hai, tấm biển "TẠP CHÍ THI CA" cũng được kẻ vẽ lại cho tương xứng với vị thế chủ nhà. Tất nhiên cũng thêm dòng chữ tiếng Anh nho nhỏ, cho hợp mốt "Poetry Magazine"

Thi, với tư cách chủ nhà, ôm bó hoa tươi thắm đến tặng Giáo sư Hoàng, Tân Chủ tịch viện. Hoàng vẫy cả Viện trưởng, Viện phó và cách thành viên lại, cùng chụp ảnh lưu niệm.

Bình ra hiệu cho các cháu sinh viên Đại học Bách khoa bưng khay rượu vang mời tận tay từng người. Quan khách và các thành viên của viện đều đứng trên sân biệt thự, cùng nâng li và chúc những lời tốt đẹp.

Hoàng rất lấy làm ngạc nhiên, khi thấy có rất nhiều lẵng hoa chúc mừng của các đoàn thể, viện nghiên cứu và các trường đại học. Bởi Hoàng quán triệt, chỉ mời tạp chí chủ nhà mà thôi. Mãi sau mới hiểu nguồn cơn, Tổng Biên tập đã đăng thông báo trên tạp chí Thơ Ca, về việc khai trương một viện nghiên cứu chính sách tư nhân, đầu tiên của Việt Nam, nên đã thu hút sự chú ý của dư luận và phóng viên trong nước, quốc tế.

Tổng Biên tập tự hào, kiêu hãnh tưởng như tạp chí của mình cũng đang tái khai trương vậy. Cô ăn mặc lộng lẫy nom như một con công đực và đon đả mời chào, quán xuyến công việc, khiến các thành viên cảm thấy rất ấm cúng và vui vẻ.

Tay cầm li rượu đi chúc từng người, nhưng trong lòng Hoàng rất lo ngại, nếu Thủ tướng đánh một dấu hỏi thì viện khó bề hoạt động và thời gian không thể kéo dài. Cơ quan chức năng cho đó là một sự trêu ngươi, khiêu khích thì sao? Các thành viên của viện chỉ muốn lặng lẽ nghiên cứu và cống hiến, không thích khoa trương. Bất kì sự khoa trương nào cũng biểu hiện thiếu bản lĩnh và trình độ kém cỏi của chủ nhân.

Tiến sĩ, Viện trưởng Quang đã từng tu nghiệp tại Hunggari trở về, ông luôn đau đáu với ý tưởng góp phần chấn hưng đất nước, nhưng cơ chế bó buộc, kìm hãm sức sáng tạo và khả năng cống hiến của trí thức. Do vậy, khi Viện Nghiên cứu Xã hội ra đời, khiến ông hăm hở như chiến sĩ xung kích vượt cửa mở trong trận công đồn vậy. Ngay trong buổi họp đầu tiên, Quang đã sốt sắng đi thẳng vào công việc.

- Viện ta chỉ vỏn vẹn chín thành viên. Giáo sư-Chủ tịch lại bận rất nhiều công việc chuyên môn, nhưng sẽ cố gắng quán xuyến và chỉ đạo chung. Tám thành viên còn lại, sẽ tập trung nghiên cứu ba đề tài, theo tôi là bức thiết hiện nay: một là, vấn đề giáo dục và y tế cần cải cách như thế nào, để tạo nguồn nhân lực và chăm sóc sức khỏe cộng đồng; hai là, vấn đề tam nông, trong đó, lưu ý chuyện di cư giữa các vùng nông thôn-thành thị, đồng bằng-miền núi và giữa Tây Bắc, Việt Bắc vào Tây Nguyên; ba là, vấn đề tăng trưởng kinh tế, có thể nghiên cứu khắc phục tàn dư thời kinh tế bao cấp, để chuyển sang nền kinh tế thị trường.

Các thành viên xôn xao bàn tán, chia nhóm nghiên cứu.

- Thực ra, - Viện trưởng Quang lại nói, các đề tài đều do các thành viên chủ động đề xuất, tôi chỉ tóm tắt lại mà thôi, nên phù hợp với năng lực chúng ta, cũng như có thể đáp ứng nhu cầu thị trường. À, xin mở ngoặc nói thêm, tuổi tác, địa vị chúng ta ở gia đình, hoặc ở cơ quan đều có người cơm bưng nước rót. Nhưng tại đây, chúng ta tự phục vụ, khát thì có bình nước lọc kia, đói thì có hàng cơm bình dân ngoài cổng, rất tiện lợi.

Nghe vậy, cả viện rào rào vỗ tay, ai nấy hào hứng, chờ phân công. Khuôn mặt vẻ khắc khổ của Viện trưởng cũng như dãn ra.

- Dự kiến phân công thế này, tôi nhận đề tài Một, cô Bình chủ nhiệm đề tài Hai, các thành viên còn lại gánh vác đề tài Ba. Tất nhiên, chúng ta xen kẽ giúp nhau thực hiện cùng lúc cả ba đề tài, cộng đồng trách nhiệm.

- Về kinh phí thực hiện khảo sát, nghiên cứu và hội thảo các đề tài, - Bình nhỏ nhẹ báo cáo đề xuất, - thì tất thảy trông vào hầu bao của Ngân hàng Việt Thịnh.

Các thành viên cùng nhìn Viện trưởng Quang, tràn đầy cảm mến.

- Đáp lại thịnh tình của quý vị, - Viện trưởng Quang nói câu khiêm tốn, - ngân hàng chúng tôi xin đóng góp cho Viện ISS, kinh phí đợt đầu là năm trăm triệu Việt Nam đồng.

*

Vô tình nghe lỏm buổi giao ban đầu tiên của các thành viên Viện ISS, Sâm nghĩ bụng, các ông bà này là người giời hay sao ấy nhỉ? Giữa xã hội kim tiền, ngổn ngang trăm mối, lòng người li tán, ai cũng bon chen cầu lợi, thì các thành viên của viện này lại tự nguyện dấn thân "vác tù và hàng tổng". Chẳng nói đâu xa, như bản thân mình, chuyển được từ vùng núi về nơi đô thị, cũng phải có bác Hồ chỉ lối dẫn đường. Ai nghĩ ra cụm từ "bác Hồ chỉ lối dẫn đường" thật ý nhị xiết bao, nghĩa đen là hình Chủ tịch Hồ Chí Minh in trên đồng tiền polime, mệnh giá lớn, nghĩa bóng là có tiền sẽ lọt qua các cửa ải. Câu châm ngôn nổi tiếng thời đại là, "cái gì không mua được bằng tiền, thì sẽ mua được bằng rất nhiều tiền". Nghĩ cũng ngượng, nhưng cả xã hội đều phải làm như vậy, mới giải quyết được mọi công việc. Chả nhẽ, mình từ hành tinh khác đến sao? Vả lại, mình tiến về Thủ đô là để cống hiến chất xám trong đầu và thi ca trong tim. Tức là hi sinh hết thảy cả con tim khối óc. Hi hi, Sâm cười gượng về sự biến báo của mình, nghĩ bụng, người đời hay vạch vòi, rỉa rói sai lầm, khuyết điểm của kẻ khác, còn mình thì tự che đậy bằng hành vi và ngôn từ mĩ miều...

Đồng tiền len lỏi vào mọi quan hệ, tầng nấc và ngóc ngách xã hội. Ai cũng cần tiền và tìm mọi cách kiếm tiền, nhưng làm chính trị phải tỏ ra bất cần và liêm khiết thì mới đạt độ cao sang. Nhưng chính đồng tiền phá vỡ quan hệ xã hội. Sức công phá của kim tiền còn hơn căn bệnh ung thư, hơn cả bom nguyên tử. Xã hội đảo điên, chính phủ bơm tiền bảo vệ chế độ. Nhưng chính đồng tiền là một thứ ma túy, khiến lực lượng chức năng gục ngã và gây thù chuốc oán với nhân dân, bởi mục đích bảo vệ Đảng bằng mọi giá. Đây là vấn đề nghiêm trọng nhất, sao chưa ai nghiên cứu nhỉ? Nhưng có chỉ thị, cấm nghiên cứu phản biện những mặt trái xã hội rồi mà.

Trong hàng đống bài gửi về tòa soạn, Sâm thấy phần lớn ca ngợi công lao trời biển của bác Hồ và Đảng ta, ca ngợi phong cảnh quê hương đất nước. Những vấn đề bức xúc đối với vận mệnh đất nước thì không tạp chí nào dám in. Thảo nào, thơ xuống giá. Thơ chưa chạm vào nỗi đau dân tộc và nhân loại. Người ta làm thơ để giải tỏa bức xúc, nhưng nhằm vào lĩnh vực vô thưởng vô phạt, để lừa chính bản thân mình, chứ làm người dân đất Việt, ai mà chẳng yêu nước, căm thù giặc ngoại xâm. Đảng Cộng sản ra đời làm thay đổi trật tự thế giới, nhưng đồng thời cũng tàn phá thế giới. Nơi nào có Đảng lãnh đạo đều nghèo đói, vì xóa bỏ tư hữu và chất chứa hận thù bởi đấu tranh giai cấp. Kể ra, Đảng Cộng sản không xuất hiện thì xã hội sẽ phát triển tốt đẹp hơn. Trong hoàn cảnh dân trí thấp, dân đã gửi trọn niềm tin vào Đảng, hi sinh cả tính mạng và tài sản cho Đảng, và khi Đảng giành độc quyền cai trị vẫn đi theo Đảng. Sự mù quáng một cách tội nghiệp, không những bao cuộc đời phải trả giá đau đớn, mà còn làm suy vong cả một Dân tộc...

10.

Tam nông là cách nói ngắn gọn, mang màu sắc Trung Quốc, nhưng Tổng Mượt phát biểu trên ti vi cũng gọi như thế mới lạ kì. Vậy thì, tên đề tài khoa học phải nêu là, Vấn đề nông thôn, nông nghiệp và nông dân, cho có tính thuần Việt.

Sau khi nghiên cứu tài liệu từ Bộ Nông nghiệp và Phát triển nông thôn (sao không gọi ngắn gọn là Bộ Nông nghiệp, như thời trước nhỉ?) và Phòng Thương mại và Công nghiệp Việt Nam (VCCI), tham khảo tài liệu của Tổ chức Lương Nông thế giới (PAO) và Bộ Công an... Bình bèn rủ Sâm đi thực tế điền dã. Sâm cũng đang cần thay đổi, không khí thị thành tù hãm bấy lâu, về nơi ruộng đồng phóng khoáng.

Bình lái xe, Sâm ngồi bên đọc thơ và tán gẫu cho khuây. Khung cảnh bài thơ *Làng* của Puskin bỗng hiện về, như sóng tuôn trào dào dạt:

"Ta chào ngươi, ơi mảnh đất thân quen

Nơi yên nghỉ của bình yên lao động

Nơi cảm xúc chảy dạt dào lai láng

Nơi đời trôi giữa hạnh phúc lãng khuây.

Ta của ngươi, ta đã trở về đây

Từ bỏ trốn thượng lưu bệnh hoạn...".

- Đúng là, "chốn thượng lưu bệnh hoạn" không chỉ ở Nga xưa, mà bây giờ, cả xứ ta cũng thế thật. À mà này, anh đã biết lái xe chưa? - Bình vẫn giữ bàn tay trái vị trí chín giờ và bàn tay phải ở chỗ ba giờ trên vô-lăng, mắt đăm đăm nhìn đường.

- Có chứ, - Sâm lên giọng tếu táo, - xe đạp này, xe gắn máy này, xe máy này, còn có cả loại "vô-lăng dây" nữa.

- Xe máy với xe gắn máy thì cũng thế, - Bình cho là chuyện tầm phào.

- Khác chứ, - Sâm tự tin trả lời, - xe gắn máy là xe có hai bánh trước và sau, được gắn động cơ như xe máy, nhưng dung tích xi-lanh bốn mươi chín phân khối trở xuống. Còn mô-tô, hay gọi nôm na là xe máy thì cao hơn, có khi đến hàng trăm hàng nghìn phân khối ấy chứ. Do đó, điều khiển xe gắn máy không cần bằng lái.

- Thế hả, - nom cũng giống nhau cả, - Bình cười trừ, thú nhận.

- Khoảng cách là một phân khối và khác nhau là có "gắn" hay không nữa chứ, - Sâm lên giọng cụ non, - nhưng khoảng cách vẫn là khoảng cách.

Nghe vậy, Bình lại hiểu là Sâm xác định khoảng cách giữa hai người. Nhưng cô lại hỏi chuyện theo hướng khác.

- "Vô-lăng dây" là loại xe gì vậy?

- À, đó là loại xe trâu kéo, điều khiển bằng dây thừng, - Sâm ngoảnh sang Bình, giơ tay ra hiệu, - "vắt vào" là rẽ phải, "diệt này" là rẽ trái, "đi" là thẳng tiến.

Bình bật cười ha hả. Sâm nghĩ, cô này có quý tướng là giọng cười sang và vang. Đàn bà mà có giọng sang sảng là có cơ thăng tiến trong chốn quan trường, nhưng lận đận chuyện chồng con. Ngẫm thấy đúng, cô ta từng làm chuyên viên trong Ban nghiên cứu của Thủ tướng, nay giữ chân Viện phó kia mà. Nhưng anh chàng người yêu duy nhất thì đã vượt trạm cửa khẩu Thường Tín sang thế giới bên kia mất rồi...

- Thế thì, anh phải học lái xe ô-tô nhé! - Bình quén tóc và khuyên, mà như ra lệnh.

- Mình chỉ đi ké, hoặc mua vé thôi. Nhà thơ quèn, không dư tiền, - Sâm miễn cưỡng trả lời, lộ vẻ yếu thế.

- Phấn đấu vươn lên, em sẽ giúp một phần, - Bình động viên. - Này, cầm lái đi!

- Ấy chết, mình cho xuống ruộng ngay đấy, không có tiền đền xe đâu. - Sâm ngượng ngùng như một cậu học trò không thuộc bài.

Trong khi đó, Bình xăm xăm đổi lái.

- Khiếp, cứ như là Giang Thanh, - Sâm lầu bầu trách yêu.

- A, Giang Thanh ghê gớm, "nhún gót sen đạp đổ ngai vàng". Cộng sản Tây, Tàu hay xứ ta cũng chỉ lợi dụng và bóc lột trí thức, chứ không tôn trọng và phát huy óc tự do sáng tạo, đề phòng "tạo phản".

- Chú ý, nhìn mặt đường, liếc gương chiếu hậu và gương hai bên tai xe, mắt đảo liên tục như kiểu rang lạc. Hãy tưởng tượng như đang quan sát cái xe đồ chơi, để trên lòng bàn tay mình là chủ động tay lái. - Bình hướng dẫn nhẹ nhàng và dễ hiểu, khiến Sâm quen dần và cảm thấy thoải mái.

Sau mấy chuyến đi thực tế Việt Bắc, Tây Bắc, Tây Nguyên và Tây Nam Bộ thì tay lái của Sâm đã trở nên thành thạo và tự tin, lại có phần điệu nghệ.

Càng đi lên vùng cao, vào vùng sâu, càng thấy người nông dân, nhất là dân tộc thiểu số vất vả lam lũ vô cùng. Thời xưa, nông dân vất vả lam lũ thì đổ tại địa chủ phong kiến áp bức bóc lột. Ngày nay, nông dân làm chủ cũng vất vả lam lũ, nhưng không ai chịu trách nhiệm, ngoài ông trời. "Mới hay trăm sự tại trời", Sâm tếu đọc đọc câu Kiều của Nguyễn Du, khiến Bình phì cười.

- Đồng bào di cư tự do, là bởi đời sống nghèo khổ, chứ không phải do âm mưu địch xúi giục, kích động, như báo cáo của cơ quan chức năng, - Bình ngẫm nghĩ hồi lâu, rồi đưa ra lời nhận xét, - đó chỉ là ý kiến ban đầu, nhưng có thể chứng minh, một nhà thơ nổi tiếng họ Bàn, dân tộc Dao và một ông họ Tô, dân tộc Tày là một trong số ba mươi tư chiến sĩ Đội Việt Nam tuyên truyền giải phóng quân, cũng di cư tự do từ Việt Bắc vào Tây Nguyên.

Sâm giúp Bình ghi các bảng thống kê, kết quả điều tra phân tích dài dằng dặc các cột mục như số điểm giáo viên, nào là nhà cửa, ruộng nương, gia cầm, gia súc, thu nhập khác, cho đến chi tiêu mua sắm dụng cụ sản xuất, dụng cụ gia đình, quần áo chăn màn, thuốc thang ốm đau, học hành của con cái... Còn Bình, giúp Sâm chép các bản nháp thơ ca.

- Chữ của anh bây giờ rắc rối hơn xưa, y như chữ Lenin trong bản chụp bút tích in Tuyển tập, -

Bình tuy đai giọng ca cẩm, nhưng khóe mắt lại long lanh cười.

- Kể ra, ngày xưa, các ông Các Mác, Lenin mù chữ, thì bây giờ, sinh viên đỡ phải học những điều lẩm cẩm, cán bộ cũng đỡ phải vận dụng, dẫn dắt dân lành vào đường hoang, ngõ cụt, - Sâm thở dài ngao ngán.

- Ha ha ha... - thi nhân "Tự diễn biến hòa bình" rồi. Bạn đọc có phận nhờ. - Bình cười vang và vỗ tay reo mừng, - không chừng, xứ ta lại có Nguyễn Du tái thế, viết về nỗi đau khổ lầm than của kiếp "dân oan".

Đoạn, Sâm cao giọng đọc to:

"Lệnh ban sửng sốt từ nay

Ra đường cấm thấy mặt mày: Công-Nông".

- Ghê thật, chơi chữ kì tài, vừa là lực lượng chủ công cách mạng, lại cũng là tên dòng xe tự chế. Tất cả đều hết nhiệm vụ lịch sử, thải loại.

- Đó là câu thơ hay, mình chép của một ông nhà thơ, vốn là thủy thủ tàu viễn dương, - Sâm vội thanh minh, ông khéo tay tới mức tài hoa, gò đồng bao chân dung các nhà thơ-trí thức và chính khách nước ngoài yêu chuộng hòa bình.

- Trong số đó, có anh không? - Bình chen ngang, hỏi vẻ hài hước, hơn là tò mò.

- Sao lại không nhỉ? - Sâm hỏi lại, vẻ kiêu ngầm, khiến Bình trợn mắt khâm phục. - Mình xin bức chân dung phù điêu gò đồng, về làm kỉ niệm, ông bảo, để triển lãm xong hẵng hay. Ông tặng mình dăm bảy tập thơ, nhưng mình chỉ tặng lại được hai câu thơ về ông và cho ông:

Máu hòa nước mắt, xương vót thành bút

Viết câu thơ trên da thịt của mình.

- Khiếp, thơ cũng nổi da gà đấy chứ, - Bình vừa làm động tác xoa xoa cánh tay mình, vừa liếc mắt cười cười.

- Nhưng nay công, nông lại được Viện ISS nghiên cứu trong đề tài số Hai...

Nghe đến đây, Bình lại phá lên cười, sảng khoái vô cùng:

- Hùng biện, biến báo và rất logic. Xưa nay, các thiên tài đều có óc hài hước. Câu thơ của bác tàu viễn dương kia, ý tứ chính trị chuyển tải được là nhờ yếu tố hài hước.

- Vậy sao? - Sâm hỏi lại mà trong lòng đã đồng tình.

- Trong số các triết gia phương Tây, có Socrate, - Bình nói rành rẽ, nhưng trong đầu thoáng hiện hình bóng Đa, mỗi khi cô nói về triết học.

- Triết gia Socrate là ông tổ triết học cổ đại Hi Lạp, - Sâm nói câu lấp chỗ trống.

- Khi người ta hỏi ông làm nghề gì? Ông bảo, cũng như mẹ tôi làm nghề đỡ đẻ. Có điều, mẹ tôi đỡ đẻ cho các sản phụ, còn tôi đỡ đẻ cho các bộ óc.

- Thời mình làm giáo viên miền núi, đến thăm nhà học sinh vùng sâu, được nghe phụ huynh người Dao kể truyện thơ dân gian *Chúc Mùi Sênh-Phàn Sênh*. Họ dịch ra tiếng Việt, có câu rất triết lí:

"Trên đời quý nhất là hạt gạo

Thứ nhì là đến việc văn chương".

Thì ra, tự ngàn đời, nhu cầu về sáng tác và thưởng thức văn chương đã đậm nét trong đồng bào miền núi rồi, thời chưa có chữ viết, thi ca dễ truyền miệng. - Sâm thủ thỉ tâm sự, như đang nói với chính mình.

- Nhưng văn chương phản kháng mới làm nên diện mạo tác giả, - không để Sâm kịp phản ứng, Bình đã nói át đi, - chẳng hạn, *Truyện Kiều* làm nên Nguyễn Du, nhưng vua Tự Đức toan phạt trăm roi. "Dọc ngang nào biết trên đầu có ai". Vậy, vua để đâu? Ha ha... - Bình lại cười vang.

- Liệu có ai sẽ đánh đòn Đác-uyn và Các Mác không nhỉ? Bởi, cho đến lúc này, thế giới vẫn không tìm thấy hóa thạch trung gian của bất kì loài vật nào. Hơn thế nữa, mã gien (gen) của người và vượn cũng khác biệt nhau. Thế là thuyết Tiến hóa sụp đổ, xong một đời Đác-uyn. Mác vận dụng thuyết Tiến hóa vào xã hội loài người, dựng lên Chủ thuyết cộng sản, cho rằng Xã hội chủ nghĩa là tiếp nối tận cùng của Xã hội tư bản và Chủ nghĩa xã hội là giai đoạn đầu của Chủ nghĩa cộng sản. Thế là cả con người lẫn học thuyết cùng vào nghĩa trang Highgate. Những chủ thuyết sai lầm của hai ông này, biến Trái Đất thành nghĩa địa khổng lồ. Than ôi, muốn khóc quá!

- Ha ha... thơ tặng cô nào thuở sinh viên này, - Bình cầm ở giấy pơ-luya xanh, reo lên. Cô B. nào nhỉ? Ướt át quá đi thôi.

Sâm nhổm dậy, toan giật lại mà không kịp. Bình chạy vội ra hiên nhà, đọc oang oang. Một lúc nhíu mày, đỏ má, rồi khuôn mặt sáng bừng lên...

*

- Viện có ngần ấy thành viên, nhưng mình chỉ là "thần mồng" thôi, công việc chính là nghiên cứu các đề tài, thì lại đổ lên đầu các thành viên. Do vậy, việc phát triển nhân lực là rất cấp thiết, - Hoàng đặt vấn đề một cách nghiêm túc.

- Nữ ít quá, chỉ nhõn mỗi cô Bình, không cân bằng âm dương, - Quang trổ khiếu hài hước.

- Giới tính cũng quan trọng, nhưng đây là viện nghiên cứu tư nhân, chứ không phải Mặt trận Tổ quốc, bày ra cho đủ thành phần mâm bát, - Hoàng cười cười, nhìn Quang, - tôi hiểu là anh đề cao vai trò cô Bình, nhưng nếu tìm được phụ nữ như thế đổ lên, thì ta có thể mời cộng tác.

- Trời ơi, đốt đuốc đi tìm cũng chẳng thấy nữa đâu, - Quang huơ huơ hai tay lên đầu như thể làm động tác đầu hàng.

- Trời đất, cháu đâu dám đặt mình thành mốc tiêu chuẩn, mà chú Quang cứ trêu hoài, - nãy giờ, Bình lúi húi pha cà phê, nay nghe thấy vậy, vội dãy nảy lên, - này, cháu thấy anh Sâm bên tạp chí Thơ ca cũng có trình độ và chính kiến lắm nhé.

- Cậu này "đi hai hàng", trước cơ quan tạp chí, thì nhất nhất theo lệnh cô Thi, Tổng Biên tập, nên thơ ca chỉ quanh đi quẩn lại ca ngợi Đảng quang vinh, bác Hồ vĩ đại. Nhưng khi tiếp xúc với anh em Dân chủ thì lại tỏ ra hăng hái chống chế độ độc tài. - Quang biết là Bình và Sâm thân nhau từ thuở sinh viên, nhưng vẫn nhận xét thẳng băng.

- Cà-phê pha khéo, - Hoàng khen, khiến Bình vui ra mặt, - cậu này, tôi cũng có để ý, mình phải thông cảm cho người ta, - Hoàng quay sang Quang thủ thỉ như tâm sự, - bây giờ, có khi trong bụng nghĩ thế này, nhưng gặp hoàn cảnh không thuận, lại phải nói thế khác, để tồn tại. Nếu hỏi bất kì ai: "Có tin Đảng không?", lập tức được trả lời: "Tin quá đi chứ, không tin Đảng còn tin ai?", và kèm theo là một cái nhìn cảnh giác, đề phòng mắc bẫy bọn khiêu khích, thăm dò dư luận để ghi sổ đen. Đó cũng là một khả năng tự vệ của con người. Mình phải biết gạn đục, khơi trong.

- Trí thức là phải dấn thân, phản biện xã hội như một tiêu trí bắt buộc, - Quang lại tỏ ra cực đoan, - phải không cô Bình? -

- Chuyến đi thực tế điền dã vừa rồi, cháu mới thực sự hiểu Sâm. Bên trong "Tự diễn biến hòa bình", từ lâu rồi, nhưng bên ngoài vẫn đeo mặt nạ, giữ "cái cần câu cơm". Do vậy, công việc biên tập chỉ làm cho "phải đạo" mà thôi. Nghe Sâm tâm sự, thời làm giáo viên miền núi cũng đã ấp ủ nghiên cứu đề xuất cải cách giáo dục, rồi khi công tác ở Hội Văn nghệ địa phương cũng nghiên cứu đề xuất về đổi mới quản lí văn học nghệ thuật và tự do sáng tác. - Bình cố ý bệnh vực Sâm, nhưng thái độ nhẹ nhàng trước các bậc cha chú. - Lúc xe chạy qua dòng sông giới tuyến năm xưa, Sâm xuất thần mấy câu thơ, về Hồ Chí Minh và Lê Duẩn:

Ai chia cắt Đất này?

Hồ Tập Chương!

Ai thống nhất Nước này?

Lê Văn Nhuận!

Những quyết định sai lầm

Trời Việt Nam máu chảy.

- Những câu thơ bột phát mà cũng ghê gớm đấy chứ! - Hoàng lặng đi giây lát, rồi mới lên tiếng. - Nay viện chủ trương nghiên cứu xã hội mà lại thiếu chuyên gia về mảng văn học nghệ thuật là sự khuyết thiếu không đáng có, nhưng phải tầm cỡ chuyên gia mới được. - Hoàng đắn đo nói, - nhưng cơ bản vẫn là trình độ và bản lĩnh, như anh Quang đã đề cập, - Hoàng nhắc điều này, có ý động viên Quang. - Cậu ta có tinh thần trách nhiệm xã hội và tinh thần độc lập nghiên cứu đấy. Về cải cách giáo dục là chuyện lớn. Một nền giáo dục lạc hậu thì có thể cải tạo khắc phục, chứ lạc hướng là phải làm cách mạng mới có thể thành công. Đào tạo nguồn nhân lực đó. Nhưng cậu Sâm đã hiểu gì về khoa học xã hội và triết học phương Tây chưa, hay chỉ có Mác-Lenin? Bình xem mấy bài nghiên cứu của cậu ta, rồi báo cáo nhé.

- Thời sinh viên, anh ấy đã lén nghiên cứu triết học Hiện sinh và Nhân vị, - Bình minh họa thêm cho Sâm.

- Khiếp chưa, bênh nhau chằm chặp, - Quang nháy mắt tinh quái.

Những việc về tổ chức và chủ trương phát triển của viện, đều bàn bạc ở tư gia của Giáo sư Hoàng, bên phố Đội Cấn, còn địa chỉ nhờ trụ sở tạp chí Thơ Ca chỉ là nơi giao dịch mà thôi. Sâm kiêm luôn chân thường trực, thế là nhất cử lưỡng tiện. Phòng biên tập thơ ở tầng trên, nhưng Sâm thường mang bài vở xuống tầng một vừa biên tập, vừa trực giúp cho Viện ISS. Tuy đóng hai vai, nhưng chỉ hưởng lương tạp chí, còn việc trực viện chỉ có tính chất như chú tiểu coi chùa mà thôi.

Thời sinh viên, từ quê ra tỉnh, háo hức học bao điều mới lạ, mà không biết là bị nhồi sọ, một thứ triết học nửa mùa và chính trị bịp bợm, hòng biến con người thành rô-bốt, chỉ biết yêu phe cộng sản, đứng đầu là Liên Xô và thù ghét bọn tư bản, cầm đầu là Mỹ. Nhưng đến bây giờ, mình đã mở rộng tầm mắt, nghe bằng cả hai tai và có chính kiến rồi. Nếu khi xưa, Mác phê phán Hê-ghen là "đi lộn đầu xuống đất", thì nay mình phải đứng dậy trên đôi chân triết học và thi ca của nhân loại. Theo lời đề nghị của Bình, Sâm chỉnh sửa, bổ sung lại bản thảo bài tham luận bị chặn tại Hội nghị Cải cách giáo dục và bản kiến nghị tự do sáng tác chưa xuất bản, rồi gửi email cho cô. Thế rồi, ít lâu sau, Sâm gia nhập đại gia đình ISS.

Trong đống sách triết học phương Tây đã đọc năm nào, khiến Sâm ngộ ra, triết học hiện sinh đâm chồi nảy lộc trên đống đổ nát của tinh thần xã hội, từ thời kì giữa Thế chiến Một ở Đức và cuối Thế chiến Hai bên Pháp. Và bây giờ, triết học hiện sinh ứng nghiệm với xứ ta chăng? Cả một thể chế, xã hội mục ruỗng, nhưng chưa thấy xuất hiện triết gia nào, không thấy bóng dáng một triết thuyết nào. Có lẽ, chỉ mỗi việc là bôi phẩm nhuộm màu cho thứ triết thuyết Mác-Lenin đã lỗi thời và tư tưởng Hồ Chí Minh mới bịa tạc ra mà thôi.

Phái hữu hiện sinh cho rằng, không có tôn giáo, (cụ thể là Thiên Chúa), thì chân lí triết học không thể tồn tại lâu bền. Thế chẳng lẽ, mình phải cải đạo, như Trần Phú hay sao? Tổng Bí thư đầu tiên của Đảng Cộng sản từ Việt Nam cũng như cộng sản phạm vi toàn thế giới, về cuối đời đã ngộ ra sự thật của học thuyết cộng sản và được rửa tội nhập vào Nước Chúa. Thật vinh hạnh cho ông, được đặt tên Thánh Phê-rô, người mà Chúa tin cậy giao chìa khóa cổng Thiên đàng. Tìm hiểu về giải Nô-ben (Nobel), Sâm cũng thấy phần lớn người được trao giải cũng là con chiên ngoan đạo, chiếm sáu mươi lăm phần trăm. Thiên Chúa giáo và Chủ nghĩa cộng sản là kẻ thù không đội trời chung, vậy Trần Phú đã từ bỏ lí tưởng cộng sản hão huyền, để được lên thiên đàng trong mơ. Thiên đàng, không biết thực hư thế nào, chứ Chủ nghĩa xã hội, giai đoạn đầu của Chủ nghĩa cộng sản thì mình và một nửa nhân loại đã nếm mùi rồi, một thứ phát xít tân thời, luôn mang bên mình cái dùi cui bọc nhung, vẽ ra viễn cảnh thế giới đại đồng, "của cải tuôn ra dào dạt như nước suối ban mai", để cưỡng bức và lừa dối nhân dân.

11.

Nghe Ban Tuyên giáo Thành ủy nhắc nhở, trong bản Danh sách văn nghệ sĩ, trí thức kí tên phản đối Dự án khai thác bauxite Tây Nguyên, có một người mang tên Sâm, nghe nói, làm biên tập ở tạp chí, khiến Thi bồn chồn lo lắng, lập tức mở trang mạng internet tìm kiếm. Thôi, chết thật, hắn chọc vào tổ ong rồi. Nghe nói, khi xưa, Tổng Mượt đã lén lút kí kết Dự án kết khai thác bauxite với bọn Tàu, nghiễm nhiên chuyện khai thác bauxite thành Chủ trương lớn của Đảng, thế mà hắn dám bẻ que chống trời, bà thì đuổi cổ. Nhưng nghĩ đi cũng phải nghĩ lại, xứ ta mà không có những người to gan lớn mật như hắn, thì Đảng sẽ làm loạn đất nước, rồi nhập vào Tàu chứ không phải chuyện thường. Hắn có mấy bài đăng trên trang mạng, viết về cải cách giáo dục và tự do sáng tác cho văn nghệ sĩ, đọc mà "sởn gai ốc"; vừa rồi, lại được kết nạp Viện ISS danh giá, thì không thể xem thường. Nhưng văn nghệ sĩ, trí thức phải phục vụ sự nghiệp cách mạng của Đảng chứ, ăn cây nào rào cây ấy. Nếu không xuống tay với hắn thì cái ghế Tổng Biên tập của mình sẽ lung lay, nhưng vuốt mặt cũng phải nể mũi, cái Viện Nghiên cứu xã hội nằm chình ình trong trụ sở của tạp chí Thơ ca, biết ăn nói làm sao bây giờ?

Thi chắp hai tay sau gáy, tựa lưng vào thành ghế VIP, tỏ ra tư thế của một con người rất quan trọng (Very Important Person). Cô bắc chân lên mặt bàn, nom có vẻ thư thái, nhưng dông bão đang nổi trong lòng. Có tiếng gõ cửa, nhận ngay ra cách gõ như đánh ma-níp của Sâm, nhưng Thi vẫn yên vị và vỏng vói nói to:

- Cứ vào!

Sâm bất ngờ nhìn thấy cảnh tượng ấy thì sững người, lúng túng toan quay ra, nhưng Thi lại điềm nhiên bồi thêm:

- Duyệt bài à? Để kia!

Sâm nhẫn nhục, làm theo chỉ dẫn như một chú rô-bốt, đặt tập bản thảo lên mặt bàn nhựa giả gỗ, rồi lặng lẽ quay ra; nghĩ bụng, bà ta trở mặt, tỏ thái độ coi thường, hẳn đã đọc bài kiến nghị về cải cách giáo dục, tự do sáng tác văn nghệ và danh sách kí tên phản đối Dự án khai thác bauxite Tây Nguyên của mình. Bà ta lâm vào thế khó xử, đuổi việc mình thì tính sao với Viện ISS, mà dung túng thì làm ngơ thì cấp trên sẽ sờ gáy lúc nào không biết.

Thấy hoàn cảnh trớ trêu của Sâm, Biên tỏ ra thân mật quàng vai kéo ra Bờ Hồ, tản bộ. Hoàng hôn buông xuống, mặt hồ u tịch. Sâm ngồi đúng cái ghế mà năm xưa, sau khi sang Gia Lâm mượn cái la bàn của thầy Chủ nhiệm Khoa Triết.

- Các thành viên trong cái "viện đểu" của mày, ai cũng có lương bổng từ cơ quan chuyên môn, hoặc lương hưu. Tham gia ISS chỉ là thú vui tuổi già mà thôi. Còn mày, nếu rời "bầu vú" của bà Thi ra thì lấy cứt mà đổ vào mồm à? - Biên nói toạc móng heo một cách phũ phàng.

- ...

Thấy Sâm im lặng, Biên ngỡ là thấm đòn, bèn bồi thêm:

- Tao cũng thấy bao bất công, ngang trái chứ. Bà Thi cũng như nhiều trí thức, văn nghệ sĩ cũng thấy chứ, người ta còn trình độ cao hơn mày, học hàm, học vị, chức tước cả đống. Thế mà tất thảy im lặng, "thủ khẩu như bình". Họ biết rằng, nếu không có Đảng lãnh đạo, chế độ sụp đổ thì ra đường ăn mày cả lũ. Thế nên, chọn cách giải quyết theo phương án tối ưu, cứ sư trụ trì gõ mõ là tụng niệm. An toàn trên hết.

- ...

- Vợ con không chịu kiếm, chẳng may "xộ khám" thì chó nó đưa cơm à? - Biên bổ bã chốt hạ, rồi ra về, bỏ Sâm ngồi trơ khấc một mình.

*

Mặc Biên rảo bước bỏ về, chắc là để kịp thời tâu hót với mụ Thi. Khi xưa, lúc anh ta quyến rũ mình vào cái nghiệp thơ ca, sao mà nhẹ nhàng da diết thế: "được không?". Câu hỏi giản dị, nhưng âm hưởng thánh thót với cái nhìn như bỏ bùa mê đã đóng đinh vào tâm khảm mình. Thế mà hôm nay, anh ta bổ bã, nhẫn tâm đến độ.

Không còn cảnh công nhân kéo lưới đánh cá trên hồ. Những con thuyền peritxoa cũng lùi vào dĩ vãng. Quá khứ, đôi lúc hiện hồn qua hình ảnh mấy con giải ngoi lên ăn xác chuột chết ở góc hồ, nổi đầy rêu rác. Mỗi khi vào dịp lễ, tết, Tháp Rùa được quét vôi trắng nhởn. Bên bờ, tòa nhà Bưu điện và trụ sở Ủy ban nhân dân thành phố mới mọc lên, nom rất chướng mắt. Hà Nội sôi động, nhưng thiếu đầu óc thông tuệ của trí thức chính hiệu dẫn dắt, trở nên xô bồ, nhếch nhác. Thời gian tàn phá nét cổ xưa, một đi không trở lại. Xe máy thế chân xe đạp. Comple, áo dài thay cho những bộ quân phục Tô Châu. Cách ăn nói cũng văn hoa hơn, nhiều lời khen tặng cán bộ cấp trên và đàn bà, nhưng thủ đoạn tinh vi thay thế sự chân thật. Giới quan chức cao cấp vẫn tiếp tục ăn mày các cuộc chiến tranh và ve vãn Trung Cộng làm chỗ dựa, để giữ vai trò độc quyền lãnh đạo và tham nhũng. Nếu ai chống lại, lập tức bị quy phản động để bức tử. Ghếch cái đồng hồ SK (Sea King, Vua Biển) đeo nặng cổ tay, Sâm liếc mắt nhìn mặt số và lắc nhẹ, như thể cho thời gian chảy bớt ra. Có hai cách làm chủ thời gian, hoặc đong đầy, hoặc đổ bớt. Thời gian là những hạt vật chất ư? Sâm mỉm cười, rồi lại đắm đuối suy tư.

Dân chúng nông thôn bị bần cùng hóa, kéo nhau ra thành phố kiếm kế sinh nhai. Những "chợ người" mọc lên, thằng ở, con sen, phu xe, tưởng đã lui vào dĩ vãng, nay hiện về với danh xưng mới, hình thức mới, nào là ô sin, xe ôm, bảo vệ công ti. Lịch sử phát triển hình xoáy ốc, nhưng không phải kiểu ốc vặn bên ta, mà là cung cách ốc bươu vàng xứ Tàu mang sang. Sự sai lầm của Học thuyết Mác-Lenin, về con đường Xã hội chủ nghĩa, khiến đất nước điêu tàn và ngày càng lệ thuộc thảm hại vào Trung Cộng, dẫn đến nguy cơ mất nước cận kề. Giới chóp bu trong Đảng hẳn cũng nhận thức ra điều đó, nhưng nếu vứt bỏ mớ lí luận lỗi thời kia vào thùng rác, thì Đảng không còn chủ thuyết để tồn tại. Nếu quyết đấu với Trung Cộng ngoài biển Đông và trên biên giới để bảo vệ chủ quyền quốc gia thì lại tự làm mất chỗ chống lưng. Do vậy, Đảng chọn giải pháp kiên trì Chủ nghĩa Mác-Lenin và ngầm bán biên cương và biển Đông để tồn tại. "Tồn tại hay không tồn tại" là bài toán khó, nhưng cũng đã có lời giải, hay còn gọi là giải pháp hòa bình, rút lui trong danh dự. Nhưng chắc chắn, Đảng không chọn giải pháp này, mà cứ chây ì ra đấy để vơ vét cho đầy túi tham. Tham tàn và lừa gạt là bản chất đặc trưng của cộng sản. Trí thức phải gánh vác trách nhiệm lịch sử, tập hợp nhân dân làm lại cuộc cách mạng. Muốn thoát Trung, trước hết phải thoát Cộng. Phải chăng, Trung Cộng đã dùng con bài Hồ Tập Chương đóng thế Nguyễn Ái Quốc, để thôn tính Việt Nam một cách hiểm độc mà êm thuận. Và, hình tượng Hồ Chí Minh đã chiếm đóng khối óc, trái tim u mê của dân Việt Nam. Chu Ân Lai, trùm tình báo của Đảng Cộng sản Trung Quốc đã điều khiển Hồ Quang (mật danh cũng là tên con trai thứ của Hồ Tập Chương), một cách tài tình, quả là có một không hai trên thế giới. Do vậy, muốn thoát ra khỏi ngõ cụt, cõi mê, phải làm một cuộc cách mạng tư tưởng, sau đó mới có thể hội nhập thế giới văn minh, bước lên đài cao vọng…

Nhận ra sai lầm cần có trí tuệ, khắc phục sai lầm phải có dũng khí. Tổ quốc trên hết, một câu khẩu hiệu có sức nặng ngàn cân. Đảng có dám hi sinh vì Tổ quốc không? Xin trả lời ngay là, không! Bởi Đảng không thể từ bỏ độc quyền cai trị, lợi quyền khổng lồ. Giới cầm quyền cũng không thể từ bỏ được đặc lợi cao ngất ngưởng. Họ sống, được bao cấp, ốm đau có bệnh viện riêng, chết có nghĩa trang chôn riêng. Giới cầm quyền ngày càng cách biệt với dân chúng. Dân oan khiếu kiện kéo đến cổng nhà lãnh đạo, thì các vị chuồn cửa sau, thậm chí cho công an xua đuổi. Nhưng thỉnh thoảng vẫn tổ chức đi thăm và làm việc các địa phương, ra vẻ quan tâm, quán triệt phương châm lấy dân làm gốc.

Giới quan chức cũng hiểu thời cuộc, niềm tin lí tưởng cộng sản đổ vỡ, thấy Đảng suy đồi, không còn đủ sức lãnh đạo tuyệt đối, toàn diện và trực tiếp nữa, thì nổi lên cát cứ khắp nơi, gọi cho sang là "nhóm lợi ích". Đó là một nguyên nhân cốt lõi nhất của tệ tham nhũng.

Bây giờ, Điều lệ Đảng Cộng sản Việt Nam lại

bổ sung một cách khiên cưỡng rằng, Đảng là đại biểu trung thành vì lợi ích của giai cấp công nhân, nhân dân lao động và của dân tộc! Đảng Cộng sản và Dân tộc là hai nhóm lợi ích đối lập nhau, sao lại có chuyện Đảng vì dân? Đảng chỉ có thể trở thành giai cấp thống trị, tư bản đỏ, làm sao có thể đại biểu cho dân tộc? Nếu theo lí luận của chủ nghĩa Mác-Lenin, đấu tranh giai cấp thúc đẩy xã hội phát triển, thì chính là cuộc đấu tranh một mất một còn, giữa Đảng Cộng sản và Dân tộc Việt Nam.

*

Sau khi hoàn thành khóa học tại chức Lí luận chính trị cao cấp Học viện chính trị quốc gia Hồ Chí Minh, Biên được bổ nhiệm Phó Tổng biên tập tạp chí Thơ Ca.

Ban đầu, cứ tưởng Sâm bán víu vào Thi và mình, để kiếm cái chân Thư kí toà soạn. Cái đó, trong tầm tay nó. Không ngờ, nó lại tham gia kí tên phản đối Dự án khai thác bauxite Tây Nguyên. Thế là, tuy bề ngoài không bị xử lí gì sất cả, nhưng cánh cửa quan lộ đã lặng lẽ và bí mật đóng sầm trước mặt nó.

Khi xưa, mình chẳng đoái hoài chính trị, miễn là hoàn thành nhiệm vụ biên tập viên và đôi khi gẩy thêm dăm ba bài thơ, có cái mua vui, chứ thơ mình cũng thường thường bậc trung, thiếu sự bứt phá, khối người làm được như vậy, thậm chí còn hơn thế nữa. Mãi về sau, bị buộc phải ngồi vào ghế thư kí tòa soạn, lại gặp thời buổi kim tiền, mình mới ngộ ra sức mạnh của vật chất. Đúng là vật chất đi trước, "đồng tiền đi trước là đồng tiền khôn" và quyết định ý thức thật. Muốn dư dả vật chất thì phải tìm cơ hội thăng tiến, càng thăng tiến thì càng rủng rỉnh tiền tiêu. Đó là cặp phạm trù quan-tiền. Một phát hiện mới, có thể sẽ được bổ sung vào kho tàng lí luận thực dụng. Nghĩ vậy, Biên cười thầm, vẻ giễu cợt và thú vị. Muốn thăng quan tiến chức, ngoài mẫn cán, phải tỏ rõ lòng trung thành. Do vậy, cú đòn giáng xuống đầu Sâm là một thành tích, có thể nói là một chiến công. Người Tàu nói, "cung kính không bằng tuân chỉ". "Quan-Tiền" là cặp phạm trù mới, kém gì khái niệm "Làm chủ tập thể xã hội chủ nghĩa" của Tổng Khàn nhỉ? Biên đắc ý, tự cười nhạo mình cho vui đời thi sĩ bất đắc dĩ.

Câu chuyện tấn công chính trị đối với tên Sâm, được Tổng Biên tập giám sát chặt chẽ và lập tức báo cáo Thành ủy. Nhất cử lưỡng tiện, cả Biên và Thi đều thoát được sự nghi ngờ của cấp trên, về mối quan hệ với Sâm và Viện ISS. Qua Thi và Biên cung cấp, cơ quan chức năng củng cố thêm tài liệu, trình Thủ tướng ra đòn triệt hạ cái viện chết tiệt kia. Đám trí thức chỉ giỏi lí thuyết suông, chứ có đụng tay, động chân gì đâu? Học lớp lí luận cao cấp của Đảng, khi nghiên cứu tài liệu tham khảo mới biết, cái ông Thomas Sowell nào đó đã nêu khái niệm về trí thức: "Công việc của một nhà trí thức bắt đầu và kết thúc với ý tưởng". Thế là lí thuyết suông chứ còn gì nữa? Mấy cha Viện ISS gắn thêm cái đuôi "phản biện" vào nữa. Như vậy, họ kích động nổi loạn, chống Đảng, gây mất ổn định chính trị. Điều đó, tạo điều kiện cho các thế lực thù địch lợi dụng, đục nước béo cò. Càng học tập lí luận của Mác-Lenin và Tư tưởng Hồ Chí Minh, càng thấm thía công lao của Đảng, bác Hồ, nhận diện rõ thêm kẻ thù là Mỹ và bọn phản động; trong đó, có bọn trí thức cấp tiến, "Diễn biến hòa bình" chính là Viện ISS. Thế là, mình đang trong hang ổ bọn phản động, phải lập công, trước hết là xử lí thằng Sâm, hẳn Thi cũng hài lòng.

Biên lấy vạt áo lau cặp kính cận, rõ là "đa thư loạn mục", đọc bản thảo toét cả mắt, mà chẳng mấy khi được bài thơ hay. Nhưng mình đã lập công, giáng cú đòn trực diện vào thằng Sâm, khác gì cú đấm "thôi sơn". Nó gục ngã và hoàn lương, thì mình và Thi sẽ có cơ hội mở mày mở mặt với Thành ủy. Nhưng thằng Sâm vẫn "chó đen giữ mực", bực thế chứ lại. Dù sao thì tài liệu của Biên và Thi cung cấp cho cơ quan chức năng theo dõi, để có ngày ra đòn quyết định, triệt hạ cái viện chết tiệt kia và tạp chí cũng sẽ thu hồi lại tầng một, ngon lành.

*

Biên được một chân tham gia đoàn công tác Thành ủy đi thực tế mấy nước châu Âu. Trở về, Biên tặng Tổng Biên tập mộ cái váy, trị giá năm mươi triệu đồng, khiến Thi sướng rơn. Sâm cũng được tặng một cái cà vạt đỏ, vô giá... Biên hào hứng khoe:

- Đa số các nước bên ấy, nhất là Bắc Âu đều theo Chủ nghĩa xã hội. Hệ thống an sinh, nhất là y tế còn cao hơn Mỹ. Họ không có Đảng Cộng sản lãnh đạo, mà tam quyền phân lập, dân chủ lập hiến.

Sâm lấy làm lạ, hỏi lại:

- Điều kiện tiên quyết của xã hội Xã hội chủ nghĩa là phải do Đảng Cộng sản lãnh đạo trực tiếp, tuyệt đối và toàn diện. Chứ nếu không cần Đảng Cộng sản mà xã hội vẫn phát triển, thì Đảng tồn tại làm gì nhỉ? Có khi còn cản trở xã hội phát triển.

Biên ngớ người, nhưng cố vớt vát, bằng cách lên giọng cảnh báo Sâm:

- Chủ nghĩa xã hội, tiếng Anh là Socialism, khác với Chủ nghĩa cộng sản là Communism, phải nghiên cứu cho kĩ rồi hãy nói, đừng cảm tính, qua trớn.

- Anh bình tĩnh, nghe em nói đây, theo lí luận

Chủ nghĩa Mác-Lenin, thì Chủ nghĩa xã hội là giai đoạn đầu của Chủ nghĩa cộng sản, hai cái ấy kế tiếp nhau, chứ không phải độc lập với nhau. Thời ông Brêgiơnhép (Leonid Breznev) làm Tổng Bí thư Đảng Cộng sản Liên Xô, tuyên bố đã xây dựng xong Chủ nghĩa xã hội và tiến lên Chủ nghĩa cộng sản. Đến khi Liên Xô sụp đổ, xem lại chả thấy gì...

- Nghị quyết nào bảo thế, toàn hóng "thông tấn xã vỉa hè". Hừm... - Biên ra vẻ không thèm chấp và cũng có ý hăm dọa.

12.

Không gian Viện Nghiên cứu Xã hội thường tĩnh lặng, nhưng tầng trên, tạp chí Thơ Ca lại sôi động, mỗi khi cộng tác viên đến gửi bài. Họ đọc thơ oang oang và da diết, tưởng như đang trình diễn thơ cho cả khu phố nghe. Hôm nay, không gian tạp chí vỡ òa, khi David La viếng thăm.

Vừa đến sân, ngước lên ban công, thấy tấm biển đề "Tạp chí Thơ Ca", ngài nhấc mũ phớt, nhìn lom lom, như thể không tin vào mắt mình và thốt lên:

- Xứ này mà cũng dám ra tạp chí về thơ ư?

Nghe vậy, Sâm nhào ra ban công, nhìn xuống xem tay nào dám cả gan xúc phạm ngôi đền thiêng.

Toan quát một câu thị uy, nhưng Sâm sững người, khi chợt thấy một người đàn ông cao lớn, chống can đứng giữa sân, gương mặt khôi ngô, mái tóc buông xõa. Cái cà vạt đỏ nổi bật trên nền áo sơ mi trắng. Sâm vội chạy xuống cầu thang, lễ phép:

- Thưa Giáo sư! Giáo sư đến làm việc với Viện Nghiên cứu Xã hội ạ?

- Thì trước hết, anh phải mời tôi vào văn phòng, chứ ai lại đứng trên sân trò chuyện, không hợp với phong cách tôi.

Sâm sực tỉnh, đon đả mời. Ông ta nhấc mũ và thong thả cởi áo khoác. Sâm hiểu là khách sang, vội đón và treo mũ, áo lên cái giá làm bằng inox, dựng ở góc phòng.

- Trước hết, tôi xin đính chính giùm anh. Tôi không phải là giáo sư giáo xiếc gì sất cả. Phàm là cái anh sáng tác nghệ thuật, thì hàm này cấp nọ mà làm cái trò gì. Chỉ cần danh hiệu "nhà thơ" do nhân dân phong tặng là đủ. Người "biết đủ" là thánh nhân rồi, hiểu không? - nhìn khuôn mặt Sâm đã tái dại, vì hoảng loạn tâm thần, lần đầu tiên nghe có người xúc phạm chức danh cao quý đó của các bậc cao nhân trong viện. - Đơn giản, tôi là David La.

Sâm lóng ngóng rót nước mời khách và hỏi:

- Dám hỏi, ngài đến liên hệ với Viện Nghiên cứu Xã hội, hay tạp chí Thơ ca ạ?

- Thì, tôi cũng có nghe báo chí ngợi ca về cái viện này, nghe đâu "Cỗ xe cầu hiền đang chăm chắm dành phía tả", nên tôi mạo muội, gọi là "điếc không sợ súng" ấy mà... - La tỏ ra khiêm nhường và lịch sự trưng ra cái card visit màu nền đỏ chói, nhưng chỉ có cái tên "David La", chữ màu vàng và số điện thoại di động, không thấy địa chỉ và chức danh, nghề nghiệp, khiến Sâm nhạc nhiên hỏi:

- Thưa, ngài ở đâu, để tiện liên hệ khi cần ạ?

- Cứ nói đến cái tên David La là cả thành phố này, ai còn lạ? - La tự mãn, ngả người trên thành ghế sa lông, vẻ trịnh trọng, - tôi có thể xin làm ứng viên chuyên gia triết học phương Tây, triết học của nhân loại đó, chứ triết học quốc doanh thì... - La bỏ lửng câu nói, vẻ bất cần hiện ra trên khuôn mặt đẹp như pho tượng.

- Thưa, tôi là Sâm, trực cơ quan viện, nên việc hệ trọng thế này, xin được báo cáo Giáo sư, Chủ tịch viện mới giải quyết được ạ. - Sâm lấy làm khó xử, khi trong lòng đoán già đoán non về con người này.

- Sao tôi thấy anh xuất hiện trên lầu một, - La điệu nghệ chỉ ngón tay lên tầng hai, nói kiểu Nam Bộ.

- Vâng, đúng thế, tôi kiêm cả chân biên tập viên tạp chí Thơ Ca. - Sâm dần lấy lại tư thế chủ nhà, - tạp chí của chúng tôi phát hành khắp các câu lạc bộ thơ ca trong thành phố, thậm chí, còn gửi giao lưu với sáu mươi ba tỉnh, thành phố trong cả nước.

*

Vừa hay lúc đó, một cái xe máy tay ga màu đỏ chót như chuồn chuồn ớt, đỗ ngoài sân. Thi mở cốp lấy túi xách và khoác hờ tấm khăn choàng lên hai bờ vai, toan bước vào cửa ngách lên tầng hai. Nhưng mọi cử chỉ và dáng vóc của cô đã lọt vào cặp mắt màu đồng thau, hấp háy dưới đôi mày rậm của La. La trịnh trọng rảo bước ra hành lang, cúi đầu trịnh trọng:

- Chào quý cô, xin lỗi về sự xuất hiện đường đột, nơi thiêng liêng này.

Thấy cử chỉ, thái độ khác thường của khách lạ, khiến Thi chột dạ, vội cúi đầu đáp lễ. Sâm mau mắn giới thiệu:

- Thưa chị, đây là ngài David La, đến làm việc với Viện Nghiên cứu Xã hội; - đoạn, Sâm quay sang La, chìa tay trịnh trọng nói tiếp, - còn đây, chị Thi, Thạc sĩ, Tổng Biên tập tạp chí Thơ Ca.

- Vậy ư? - La thảng thốt, - phụ nữ mà đứng chân

Tổng Biên tập, lại là tạp chí danh tiếng về lĩnh vực nghệ thuật của tâm hồn. Hơn thế nữa, Thạc sĩ thi ca thực là hiếm có khó tìm. Bấy lâu, tôi chỉ nghe có hai người, Sương Nguyệt Anh, Chủ bút báo Nữ giới chung, tức là Tiếng chuông của phụ nữ, rồi bà Thụy An, làm Chủ bút báo Phụ nữ tân văn mà đã lấy làm ngưỡng mộ lắm rồi.

Nghe những lời có cánh, lại đang phát trực tiếp từ một pho tượng sống thế này, khiến Thi chộn rộn trong lòng, đôi mắt lá răm lóng lánh và tự dưng chìa tay ra. La vội nắm lấy:

- Rất hân hạnh, bàn tay mềm và ấm, chứng tỏ một tâm hồn trong sáng, một nội lực phi thường.

Thi cảm thấy như có dòng điện chạy qua cơ thể, khiến cô run bắn cả người.

- Tôi có thể xin phép viếng thăm tạp chí và nơi làm việc của quý cô Tổng Biên tập? - Chợt nhận ra sự sỗ sàng của mình, La bèn ngảnh sang nói với Sâm, - và quý anh đây nữa!

- Rất hân hạnh, - Thi nghiêng mình đáp lễ và giơ tay mời khách; đoạn, quay sang Sâm, - em lên trước, chuẩn bị.

- Có anh Biên, Thư kí tòa soạn đang ở trên đó rồi, chị ạ, để em gọi điện lên, báo trước. - Sâm trịnh trọng đáp.

Thi tránh đường, nhường cầu thang cho La.

- Đúng phép lịch sự, lên thang thì phụ nữ nên đi sau, nhất là các quý cô váy ngắn, - La nói câu khôi hài.

Nghe vậy, Thi bật cười khanh khách, không khí xã giao đông cứng, phút chốc chuyển sang thân mật, vui vẻ.

*

David La nhún vai, xỏ hờ mấy ngón tay vào túi áo ghi-lê, ngó nghiêng bàn làm việc của Thi, thấy pho tượng Chủ tịch Hồ Chí Minh bằng thạch cao phủ nhũ vàng, lại còn trùm cái túi ni-lông trắng chống bụi, thì nhún vai, cười khẩy. Chợt thấy giá sách của tạp chí Thơ Ca, cuốn *Truyện Kiều* của Nguyễn Du, La bèn phán:

- Cuốn này, không đáng bày ở vị trí trạng trọng như thế kia.

- Sao kia ạ? - Nghe vậy, suýt nữa thì Biên đánh rơi ấm trà, hồi lâu mới nghệt mặt ra hỏi.

- *Kim Vân Kiều truyện* là tác phẩm văn xuôi của tác giả mang bút danh Thanh Tâm Tài Nhân, nghĩa là Tài Tử Tâm Tình, tác phẩm văn chương loại hai của Tàu, - La búng nhẹ mấy hạt gàu màu trắng ngà, rơi trên ve áo. Chờ cho Thi tô lại môi, kẻ lại mắt bước ra, La mới nhấn nhá, như thể các nhà hiền triết Hi Lạp giảng bài cho học trò, - Do vậy, *Đoạn trường Tân thanh*, tức là *Tiếng kêu đứt ruột mới*, do Nguyễn Du sáng tác bằng thơ Nôm, thể lục bát là tác phẩm phái sinh, hạng thứ. Mãi về sau, dân xứ ta mới gọi nôm na là *Truyện Kiều*.

- *Truyện Kiều* đặt nền móng cho ngôn ngữ văn học hiện đại nước ta. Hơn nữa, Thi hào Nguyễn Du được Uy-nét-cô (UNESCO) tôn vinh "Danh nhân văn hóa Thế giới" rồi mà anh, - Thi nghe không lọt tai, dồn hết dũng khí phản bác và hồi hộp chờ phản ứng của siêu nhân.

- Tác phẩm phái sinh khi xưa, mà ngày nay, nói trắng ra là đạo văn. Từ một tác phẩm hạng hai, thì tác giả có tài giỏi mấy cũng không thể sáng tác ra tác phẩm kiệt xuất! - La thở dài ngao ngán, - chẳng qua là hội chứng đám đông, người ta đua nhau khen, nên kẻ nào cũng phải hùa theo khen lấy khen để; nếu không, sợ bị chê là dốt nát. Tác phẩm thơ mà đầy điển tích, điển cố của Tàu, đến nỗi ông Đào Duy Anh phải viết hẳn cuốn *Từ điển Truyện Kiều*, sách dày chả kém *Truyện Kiều*. Vả lại, lí lịch ông ta có vết đen, khi xưa, định chạy theo Lê Chiêu Thống, sang cầu viện nhà Thanh đánh Tây

Sơn Nguyễn Huệ, nhưng bị lỡ chuyến, mới thành nên chuyện đó thôi.

Thi đưa mắt nhìn Biên. Biên nhẫn nhục chịu trận, tưởng như chính tác giả, tác phẩm của mình bị hạ bệ.

- Tạp chí có đăng trường ca không? - Bất chợt, La phá tan bầu không khí nặng nề.

- Có anh ạ, nếu anh có trường ca nào, chiếu cố gửi cho chúng em, - Thi nhún mình, cố tỏ ra hồ hởi đáp một cách xã giao.

- Thơ là gì? - La giảng giải, cái biển "Tạp chí Thơ ca" của quý vị bằng tiếng Anh, từ thi ca là Poetry, nguồn gốc từ chữ Poesie, nghĩa là thi ca và lại có gốc từ chữ Poiesis, nghĩa là sáng tác. Bởi thế, không có thiên tài là thiếu vắng thi ca. Người châu Âu từng nói: "Thiên tài đích thân ra luật cho nghệ thuật". Bởi thế, nhà thơ là phải viết trường ca, cũng như đã là nhà văn buộc phải có tiểu thuyết, - La lại phơ lên, - trường ca của tôi, khác với hàng nghìn cái gọi là trường ca của xứ ta, trong mấy chục năm qua. Trường ca gì mà toàn ngợi ca phe ta tài ba và tốt nết, chê phe địch dốt nát và ác độc; khác nào xây tường, chỉ trát vữa một bên, không dám trèo sang bên kia để thấy cái hay, cái đẹp của địch thủ. Đấy, nước Bắc cứ loay hoay cải cách giáo dục, nhưng chẳng dựa trên triết lí gì, chỉ toàn nghị quyết. Việt Nam cộng hòa có hẳn triết lí, giản dị mà đạt đến độ chân lí.

Nghe vậy, Biên nói nhỏ vào tai Thi, - hệt luận điệu thằng Sâm; đoạn, hỏi lại La, - nước Bắc là xứ nào ạ?

- Dân miền Nam gọi miền Bắc-Xã hội chủ nghĩa là thế đó. Còn dân Cam pốt gọi quân tình nguyện Việt Nam là Duôn, nghĩa là bọn Bắc. - La thở dài đánh sượt một cái, - kiến thức xã hội thiếu hụt quá đi thôi, đấy là chưa nói đến lĩnh vực triết học, mĩ học đấy nhé, - La tỏ ra ái ngại. - Các bạn làm công việc sáng tác và biên tập văn chương thơ phú mà thế này thì... - La chặc lưỡi, - lại nói tiếp về trường ca nhé, - La không để ý thái độ ngán ngẩm của hai vị chủ nhà, vẫn say sưa giảng giải, - trường ca gì mà chỉ có mấy trăm câu, hẳn là tác giả hết vốn. Đó chỉ là bài thơ dài, chiếu cố lắm thì gọi là tiểu trường ca. Trường ca ít nhất phải từ một ngàn câu trở lên đến mấy chục vạn câu, và điều cơ bản là phải có nhân vật, cứ viết phóng sinh ra, tả cảnh vật nọ, trận đánh kia, vứt. - La chốt hạ.

- Trường ca, rõ là thơ dài rồi, nhưng cần gì nhân vật, - Biên liều cãi.

- Bạn không đọc "Thần khúc" của Dante

Alighieri, xứ Italia, những mấy chục ngàn câu à? Odyssey có bao nhân vật lừng danh, người ta chỉ trích ra một đoạn, dựng thành phim, đóng đinh vào lịch sử. Câu thành ngữ "Gót chân Achillles", lan tỏa toàn thế giới.

Nghe vậy, Biên cứng họng. Mắt Thi nhìn La dại hẳn đi, đượm màu ngưỡng mộ.

*

Sâm trình tấm card visit của La lên Viện trưởng Quang. Ông lật qua lật lại tìm địa chỉ, chức danh, nghề nghiệp, nhưng không thấy. Sâm hiểu ý, bèn trình bày:

- Em cũng đã hỏi ông ta về chức danh, nghề nghiệp và địa chỉ để tiện liên hệ, khi cần. Nhưng ông ấy bảo, chỉ cần nói đến cái tên David La là cả thành phố đã biết ngay, đó là ai và ở đâu, làm gì rồi ạ.

- Việt kiều à? - Quang tò mò hỏi.

- Không ạ, ông ấy bảo là thuần Việt nội địa, nom như Tây nhưng không phải người nước ngoài, - Sâm thấy Quang có vẻ băn khoăn, liền tỏ ra là người mẫn cán, - ông ấy bảo, có thể ứng cử chuyên gia cho viện ta, về lĩnh vực triết học phương Tây, nhưng em tra cứu danh mục tác giả, tác phẩm triết học trong Thư viện Quốc gia và tìm hiểu qua mạng internet, đều không thấy bài báo, hay công trình nghiên cứu nào mang tên David La.

- Vậy hả? - Quang cười, tươi nét mặt, vẻ hài lòng, - cậu hiểu biết phương pháp tiếp cận và có tinh thần trách nhiệm cao trong công việc.

Công việc đầu tiên trong ngày của Bình tại viện là pha cà-phê và dọn dẹp phòng. Nghe Quang và Sâm trao đổi công việc, về nhân vật David La nào đó, khiến cô lục lọi trí nhớ và phá lên cười. Quang ngạc nhiên hỏi:

- Cô Bình, có chuyện gì vui thế?

- Cháu đang nghe anh Sâm báo cáo với chú, về ứng viên chuyên gia David La mà.

- Bình cũng biết ông ta à? - Sâm ngạc nhiên hỏi dồn.

- Biết, nom như Tây phải không? Hoạt khẩu phải không? Triết gia, thi nhân và nhạc sĩ nữa đấy. "Ba trong một", nhưng chuyên gia thì...

Quang và Sâm đều hiểu, Bình không muốn nói xấu sau lưng người khác, nên cả hai cùng lặng lẽ nhận tách cà phê từ tay cô và nhâm nhi, không ai muốn nói đến David La nữa. Thế là "cỗ xe cầu hiền" vẫn đốt đuốc tìm kiếm thêm chuyên gia cho viện. Trí thức không thiếu, thậm chí cả trí thức tài ba cũng không hiếm, nhưng tầm chuyên gia giúp việc quốc gia đại sự, thì không phải là nhiều. Hơn nữa, phải đáp ứng tiêu chí "lí luận phản biện" thì thực sự hiếm hoi. Người ta sợ "cãi lại" Thủ tướng thì tội tày đình, khác gì "Gián quan" xưa, mất đầu như bỡn. Thực ra, từ khi thành lập Viện ISS đến nay, kết nạp thêm bảy thành viên nữa, nhưng cũng đã quá muộn rồi.

13.

Thi lấy làm ngạc nhiên, khi thấy Phó ban Tuyên giáo Thành ủy đang ngồi cùng David La, trong quán cà-phê Bờ Hồ. Té ra, hai người cùng học thời phổ thông với nhau.

- Thế thì không phải giới thiệu nữa nhé, - La hồ hởi vẫy tay gọi cô phục vụ, - bọn anh chờ em ra lệnh, mới dám gọi menu đấy.

- Anh David La, nom cứ như Tình báo viên Danailov, trong bộ phim truyền hình *Trên từng cây số* của Bulgari, anh nhỉ? - Thi khẽ thì thào với Phó ban.

- Suýt nữa thì ngài David La trúng tuyển vào Trường Tình báo đấy chứ, - Phó ban ra vẻ nghiêm trọng, - chỉ tội đẹp giai quá, nên trượt.

- Em cứ tưởng tình báo viên đẹp trai thì càng dễ hoạt động chứ nhỉ? - Thi ngây thơ hỏi lại.

- Con gái nó bao quanh và quấn chặt, thì hoạt động cái nỗi gì? - nghe pha trò, Thi hiểu ra, bèn đấm nhẹ một cái vào vai Phó ban.

- Ngây thơ là một phẩm hạnh cực kì yêu quý của phái đẹp, - La góp chuyện và chìa thực đơn ra cho từng người.

- Tớ thì vẫn "trường ca nâu đá", - Phó ban nháy mắt với La, - chắc hẳn chưa nắm bắt được khẩu vị của quý cô đây, phải không "Thiếu tá Danailov"?

- Hôm nọ, tớ đến tạp chí Thơ Ca, tình cờ lại thấy cái Viện Nghiên cứu Xã hội cũng nằm chình ình trong biệt thự ấy, - La tâm sự với bạn học cũ, - Thủ tướng đã không cần, ra lệnh giải thể Tổ Nghiên cứu rồi, thế mà vẫn "cố đấm ăn xôi", lập ra cái Viện ISS.

- Thì nó cũng có chuyện đấy!

- Tớ biết ngay mà, có lẽ nhờ năng khiếu tình báo. - La khoái trí, ngả cổ cười hơ hớ.

- Cái hồi, đầu thời kì Đổi mới, bọn cấp tiến dám gọi cụ Tổng là "Ông hộp đen". Láo xược, thế mà không bắt ngay lão Hoàng cho rồi, thì nay cũng chẳng phải bận tâm với bọn ISS nữa. Bởi chính lão đầu têu mà.

- Hồi đó, cụ Tổng quán triệt khái niệm "hộp đen", tiếng Anh là Black book, vào chuyện quản lí kinh tế, nhằm bóc trần vấn đề lãi giả lỗ thật, - Phó ban trầm ngâm, ý chừng đắn đo xem có nên tâm sự tiếp, với tay tốt mã giẻ cùi này không. Hồi lâu chặc lưỡi, nói vắn tắt cho qua chuyện, - thế là Tiến sĩ Phan toa rập với Giáo sư Hoàng, viết bài phê phán, rằng thì là, hộp đen để lưu trữ thông tin, định vị gắn vào máy bay, ô tô. Nó thuộc lĩnh vực điều khiển học, không thể vận dụng vào cơ chế quản trị quốc gia, cho đó là khiên cưỡng. Bài gửi báo Nhân Dân, không dám đăng, họ bèn gửi cho tuần báo Văn nghệ, do tay "Đất nước đứng lên" làm Tổng Biên tập. Hắn chơi liền. Thế mới ra nông nỗi.

- Bọn hắn đã hai lần đánh vỗ mặt thượng cấp rồi đó, - La tỏ thái độ công phẫn, - đầu tiên là tấn công vào vấn đề "Quyền làm chủ tập thể xã hội chủ nghĩa" của Tổng Khàn. Rồi được đằng chân lân đằng đầu, lại nã pháo vào "Quay hộp đen". Phạm thượng tày trời như thế, mà không bị đánh đòn, các cụ Tổng nhà ta thực là nhân từ.

Nghe vậy Phó ban nhếch mép cười ruồi.

Sau khi tàn chầu cà-phê sáng, cả ba cùng kéo nhau đến nhà La, Phó ban ý tứ nhường cho Thi đi cùng xe ô tô với La, còn mình phóng xe ga của Thi, bám theo.

Lần đầu tiên đến một ngôi biệt thự xây dựng từ thời Pháp thuộc, còn nguyên cả lò sưởi, sàn gỗ và lại thấy có cả cây đàn piano phủ khăn ren, trong phòng khách, khiến cô thu mình lại. Chợt nhìn thấy biểu tượng hình con cú treo trên tường, suýt nữa thì cô đã kêu rú lên vì sợ hãi. La nhác nhìn thấy, bật cười và ý nhị giảng giải:

- Có lẽ, em chưa hiểu đấy thôi. Con cú là biểu tượng của triết gia. Nó thức đêm cho muôn loài ngủ. Triết gia cũng vậy, họ suy tư trong đêm đen, rồi đánh thức muôn loài thức dậy chào đón bình minh. Triết gia nhìn thấu trước sự đổ vỡ tinh thần xã hội, còn người trần mắt thịt chỉ thấy hậu quả đã xảy ra mà thôi. - Thấy Thi nhìn mình như bị thôi miên, khiến La càng say sưa như đang diễn thuyết trước đám đông cử tọa, - khi xưa, trước công nguyên, quê hương của các triết gia ở Hi Lạp, bây giờ là Đan Mạch, Đức, Pháp cùng thời với Mác, ông tổ Duy vật biện chứng và Kierkegaard là ông tổ Hiện sinh, thưa cô nương.

Tuy cũng đã tốt nghiệp khóa học tại chức Học viện Chính trị quốc gia Hồ Chí Minh, nhưng khi nghe mớ lí luận triết học kim cổ đông tây của La, khiến đầu óc Thi lùng bùng như gõ trống, rồi ong ong u u, như sắp vỡ, may mà chưa tự động ngắt mạch khi quá tải. Thi bèn nhướng mắt chỉ cây đàn piano, lảng chuyện:

- Anh biết chơi đàn piano kia ạ?

- Võ vẽ thôi mà, - La mở khăn, gõ nhẹ mấy hợp âm, - la trưởng đấy, - La nhướng mắt về phía Thi dò hỏi.

Thi bị ánh mắt La hút hồn, nên lắc đầu ngượng ngùng. Bất chợt, điện thoại di động thông báo tín hiệu có cuộc gọi của Phó ban, cáo bận, họp Thành ủy đột xuất. Thi hoảng hốt thốt lên:

- Thế, em về bằng gì, bây giờ?

- Trời đất, anh không làm tài xế cho em được sao?

La vừa nói, vừa lấy ngón trỏ gẩy nhẹ mớ tóc mai của Thi, khiến cô nghiêng đầu e lệ và ý tứ kéo cao cổ áo. La rót cốc nước lọc mời Thi và kể chuyện, tưởng như đã thân thiết lắm.

- Em có biết tại sao, anh được đặt tên là La? - La nheo mắt hỏi cho có lệ, bởi kí ức đang tuôn trào, - vì lúc sơ sinh, anh la khóc dữ lắm. Thế mà, đó lại là định mệnh.

- Sao thế ạ? - Thi hoảng sợ hỏi.

- La là nốt thứ sáu trong xướng âm, và cũng là nốt đầu tiên trên phím đàn piano, - La ngồi gõ đàn, thị phạm cho Thi xem. - Đó cũng là nốt chuẩn, để căn chỉnh nhạc cụ. Nốt "la" này, - La lại gõ nhẹ một hợp âm "la". - Kí hiệu chữ "A". Em có biết, chữ "A" là kí hiệu gì nữa không? Nguyên tử, chữ Hi Lạp là Atom. "La" và "A" vừa có ý nghĩa khởi đầu của âm nhạc, vừa có sức công phá của bom nguyên tử. Tên La chỉ đơn giản thế thôi... - La hạ một câu, đầy vẻ khiêm nhường, nhưng lại thể hiện một sự kiêu ngầm và nghĩ bụng, con gái xinh xinh thường ngu ngu.

- Sao cái gì anh cũng biết tường tận đến thế nhỉ? - Thi tỏ thái độ khâm phục một cách chân thành. - Nhưng em không hiểu cái họ "David" của anh là sao?

- David là một dòng họ nổi tiếng của người Pháp. Khi xưa, chàng David nhỏ bé đã đánh bại tên Goliath khổng lồ, cao hơn hai mét, cứu sống hàng ngàn chiến binh, nên được vua truyền ngôi báu. Dân chúng muôn người đều gọi "Vua David". Anh ngưỡng mộ người anh hùng của thế giới, nên đặt thêm vào tên của mình: David La.

- Em cũng ngưỡng mộ... - Thi xếch váy đứng

dậy, nghiêng đầu kiểu cách, trong lòng thấp thỏm, chờ đợi một nụ hôn.

- Anh chỉ muốn làm vua đối với một người thôi, - La đặt hai bàn tay hộ pháp lên đôi vai trần, thon thả của Thi, rồi lặng lẽ ra ngồi bên đàn và mê mải giới thiệu tiếp các hợp âm.

Thi nhận thấy La đã quên béng sự có mặt của mình, khiến nàng tủi thân, ứa nước mắt và lặng lẽ bước ra cổng, vẫy xe taxi. Cú buông mồi ư, hay pê-đê. A, ban ngày con cú ngủ kia mà, Thi thầm diễu cợt La và tự an ủi mình.

14.

- Bác ạ, ba cháu bài viết mới, về Bauxite Tây Nguyên, - Bình lễ phép đưa Giáo sư Hoàng tập bản thảo in vi tính trên giấy Plus, khổ A4. Tuy không theo học Giáo sư, nhưng là chỗ bạn của bố, nên Bình kính trọng.

- Ông cụ huyết áp đã ổn định chưa? - Hoàng vừa cầm tập bản thảo, vừa nhìn Bình ái ngại. - Bệnh cao huyết áp, được giới y học coi là "kẻ giết người thầm lặng" đấy.

- Tương đối ổn định bác ạ. Từ hôm xuất viện, ngày nào cháu cũng đo mấy lần bằng máy "Omron" mà bác tặng và giục ba cháu uống thuốc đều đặn, - Bình nhìn, vẻ hàm ơn.

- Ồ, đó là loại máy "xịn" của Nhật. Này, Đại tướng Võ Nguyên Giáp cũng viết thư gửi Thủ tướng, lên tiếng về vụ Bauxite Tây Nguyên đó, - Hoàng hồ hởi thông báo.

- Thế kia ạ? - Bình ngạc nhiên và mau miệng kể, - hồi cháu làm nghiên cứu bên Hung, nghe nói, Đại tướng cũng sang chữa mật, nhưng yêu cầu bác sĩ riêng phải nằm cùng buồng bệnh, thế mà bạn cũng phải chấp nhận. Chỉ ông bác sĩ này cấp thuốc, thì Đại tướng mới dùng.

- Trong cái thể chế này, cảnh giác là sống còn. Người cộng sản gọi là cảnh giác cách mạng, - Hoàng nheo mắt cười hóm.

- Ba cháu nhắn, nếu được bác duyệt thì sẽ gửi email lên trang Bauxite - trước khi cáo lui, Bình mở nắp phin cà phê trên bàn và khẽ nói, - cà phê được rồi, bác ạ.

- Ông cụ cẩn thận quá. Bác chỉ xem như là thủ tục thôi. Mọi sự còn do bên bác Huệ Chi quyết định. Chết cười, bác Huệ Chi từng là Trưởng phòng Văn học cận đại, Viện Văn học, có tác phẩm nghiên cứu về văn học Việt Nam cận đại. Thế mà có ông Giáo sư văn học nọ, hùng hồn tuyên bố, Việt Nam không có văn học cận đại, vì không có giai cấp tư sản trưởng thành. Ha ha ha... Họ chỉ tính văn học trung đại, rồi bước ngay vào thời kì hiện đại, do Đảng lãnh đạo mà thôi.

- Về mảng lịch sử, viện ta còn thiếu chuyên gia, bác ạ, - Bình rụt rè suy tính.

- Đúng, - Hoàng hưởng ứng tức thì, - bác cũng đã suy nghĩ nhiều về vấn đề này. Lịch sử hiện đại nước ta đang đặt ra rất nhiều vấn đề, ví dụ về lãnh tụ. Bởi lãnh tụ liên quan đến chủ thuyết, chủ trương; nghĩa là, con đường dân tộc đã và đang đi lên Xã hội chủ nghĩa là đúng, hay sai? - Hoàng lưỡng lự một vài giây, rồi quả quyết, - Nguyễn Ái Quốc và Hồ Chí Minh là một hay hai người khác nhau? Rồi vấn đề Đảng lãnh đạo, thực chất Đảng Cộng sản là gì? Phạm trù đạo đức có được dùng cho người cộng sản không? Hoặc là, các cuộc chiến tranh với Pháp, Mỹ là do ai gây ra, có cần thiết phải hi sinh xương máu nhiều đến thế và có thể tránh được không? Hay là, công cuộc xây dựng Xã hội chủ nghĩa có phù hợp với xu thế phát triển của xã hội loài người tiến bộ hay không? Vân vân và vân vân...

- Đúng là, toàn chuyện quốc gia đại sự, mà bị bỏ qua, nên chủ trương đường lối cứ chông cha chông chênh, - Bình xót xa, ứa nước mắt. - Dân mình khổ quá, dân trí thấp, bị lừa dối, dẫn dụ sai đường lạc lối mà không hay biết gì. Cháu nghe một số người phàn nàn, lịch sử hiện đại xứ mình chỉ đúng sự thật khoảng ba mươi phần trăm là cùng.

- Nếu không muốn nói là sai một trăm phần trăm. Này, cháu mang cà-phê ra đây, bác cháu ta cùng uống, - Hoàng lấy hai cái chén đặt lên bàn và ra hiệu cho Bình rót cà-phê, - nhân thể, bác định bàn với cháu về số phận Viện ISS của chúng ta.

- Dạ, - Bình khẽ khàng rót cà-phê, lựa phần ít cho mình.

- Vấn đề rất nghiêm trọng, - Hoàng nhấm nháp cà-phê, nhưng không có vẻ thưởng thức, mà dùng như một chất "đưa cay" trong mâm rượu với người tâm giao, - bác cũng đã bàn bạc sơ bộ với Viện trưởng, về cái quyết định giải thể viện của Thủ tướng. Nay cháu là Viện phó cũng nên cho bác biết chủ kiến.

Bất giác, Bình đánh rơi cái chén sứ, cà-phê đổ lênh láng ra bàn. Cái chén rơi xuống nền lát gạch men, vỡ tan tành.

*

Trước khi đi Hưng làm nghiên cứu sinh, Bình đã tìm về quê Đa, nhưng khi không thấy cái bốt tây đầu làng thì cô hoang mang, nhầm ư? Làng của

Đa tên gì nhỉ? Nghe nói, khi xưa, Nguyễn Trãi rời Đông Quan vào Lam Sơn tụ nghĩa, bỗng thấy Lê Lợi vừa chặt thịt vừa bốc ăn, như kẻ phàm phu tục tử, bèn quay về. Nhưng đến chốn này, gặp bà hàng nước khuyên trở lại. Từ đó mới có "Lê Lợi vi quân, Nguyễn Trãi vi thần", lừng lẫy non sông. Mình thì phận gái, giá mà có cậu Sâm cùng đi thì mới có lí. Mình vô duyên quá, Đa chưa ngỏ lời đã hóa tâm thần triết học... Nghe đâu, Sâm cũng đã thôi nghề dạy học trên mạn ngược, chuyển sang công tác bên Hội Văn nghệ địa phương. Bạn ấy có khiếu thơ văn từ thuở sinh viên kia mà.

Về nước, Bình nghe tin Đa đã chết ở quê, khiến cô bàng hoàng, chẳng khác gì bữa nay, khi nghe Giáo sư- Chủ tịch thông báo ý định tự giải thể Viện Nghiên cứu Xã hội. Đời mình, thành công nhiều mà thất bại cũng không phải là ít, lại toàn là chuyện đắng cay. Đa tuy chưa ngỏ lời, nhưng đã có ý, rồi "người ta" ra đi trong đau đớn về tinh thần. Ôi, nếu Đa không lâm bệnh hiểm, chắc chắn sẽ trở thành một người phản biện sắc sảo và đầy trí tuệ. "Con cá mất là con cá to"...

Mình mến thương Đa, không chỉ là một chàng trai có trí tuệ, luôn chủ động trau dồi kiến thức cao siêu của nhân loại, mà còn có tính cương trực và khảng khái. Trí thức bây giờ, trí tuệ không thiếu, nhưng kém hẳn tính cương trực, khảng khái, nói nôm na là hèn nhát. Chú Quang, Viện trưởng ISS còn cực đoan hơn, cho rằng, nếu một người có học mà thiếu tính phản biện thì không thể gọi là trí thức. Một ông Tiến sĩ người Việt ở nước ngoài, thì đặt ra yêu cầu cao hơn nữa, trí thức là phải có diễn đàn, giác ngộ quần chúng. Có thể, mỗi giai đoạn lịch sử, quan niệm về trí thức có sự khác nhau, nhưng lúc này, đất nước lâm nguy, mà thiếu tính phản biện một cách cương trực và khảng khái, thì dù có trình độ cao siêu đến đâu cũng vô tích sự, bởi họ có giúp dân, trợ nước được gì đâu? Chẳng qua là một đám chuyên gia, công chức quèn làm công ăn lương, một thứ công cụ, hoặc đồ trang sức cho chế độ mà thôi.

Còn cái anh bạn ghen ngược khi xưa, nay cùng chung vai gánh vác "tù và hàng tổng", thì lại tỏ ra dửng dưng với mình. Nhà thơ phải đa tình thì mới có thơ hay chứ nhỉ? Hay mình là dân nghiên cứu khô khan, nên anh bạn chẳng thèm đoái hoài; hoặc, mặc cảm, bởi chưa nên sự nghiệp. Đàn ông mà không có sự nghiệp, khác gì đàn bà không có gia đình, nó cứ chông chênh, lệch lạc thế nào ấy. Hai nửa chông chênh có hợp thành một được không? Đàn bà con gái đã "bật đèn xanh" và tổng lực tấn công mà không thành thì kém quá. Bất giác, Bình lại cười phá lên.

"Mùa xuân đầu tiên" trong cuộc đời người phụ nữ, Bình đã âm thầm dành cho Đa. Bước vào "mùa xuân thứ hai", cô muốn dâng cho Sâm, nhưng anh bạn đã bị tổn thương trong cuộc tình tay ba khi xưa, nên có ý lảng tránh. Bình đau khổ nhận ra số phận giáng xuống đầu mình thực phũ phàng. Mỗi khi mặc bộ đồ mỏng đứng trước gương, cô nghĩ đến Sâm, nhưng chợt thấy thấp thoáng bóng Đa. Nghiệp chướng, cô bực mình giật tung hàng khuy áo và nằm vật xuống giường, ôm gối chiếc, khóc nức nở như bị đòn oan. Bọn đàn ông gỗ đá, vô cảm, ích kỉ, không đáng bận tâm. Cô nhảy vào nhà tắm, bật vòi sen xối xả, tưới khắp mình, từ đầu tóc, đến thân thể. Hạ hỏa, cô ghé mắt soi gương, giật mình thảng thốt, ngỡ như thấy một con điên và lại ôm mặt khóc...

15.

Giáo sư Hoàng lại gọi cả Viện trưởng Quang và Viện phó Bình, đến nhà riêng trên phố Đội Cấn, cùng bàn bạc.

- Nghe tin, Văn phòng Thủ tướng đã soạn thảo văn bản giải thể viện của chúng ta, thời gian thực thi vào khoảng giữa tháng Chín này.

- Tôi cũng có nghe, họ định làm từ đầu tháng

Tám, nhưng sợ ảnh hưởng đến ngày lễ kỉ niệm Cách mạng tháng Tám và Quốc khánh tháng Chín, nên lui lại. Nhưng chưa rõ khởi sự ngày nào.

- Có chắc chắn không ạ? - Bình nghi ngờ hỏi lại, Hoàng đưa mắt cho Quang, ra hiệu mở băng ghi âm.

Tiếng băng cát xét chạy sè sè::

"- Chỉ một tháng, sau khi nhận trọng trách trước Đảng, Thủ tướng đã giải thể Tổ Nghiên cứu, thể hiện tầm nhìn chiến lược và hành động dứt khoát, sáng suốt, nhưng cũng đầy ân tình với giới trí thức. Thế mà họ lại lén lút lập ra cái gọi là Viện Nghiên cứu Xã hội. Qua theo dõi, thấy có dấu hiệu thiên về Xã hội dân sự. Phản biện kiểu như thế, khác nào chống lại chủ trương, đường lối, quan điểm của Đảng ta, về xây dựng Chủ nghĩa xã hội và bảo vệ Tổ quốc Xã hội chủ nghĩa.

(Có tiếng gõ tay nhè nhẹ, kiểu âm thanh trống định âm phát ra, như thể thói quen của Ba Ích đang vừa lắng nghe, vừa nhịp tay xuống mặt bàn, thể hiện tâm trạng hứng khởi. Giọng nói Nam Bộ).

- Mình cũng tính, phải bóp chết từ trong trứng....

- Có lẽ, cần phải giải thể sớm ạ!

- Làm tới luôn, hè!".

Bình nghe xong, ngồi chết lặng, nước mắt ứa ra. Viện ISS buộc phải tự giải thể, khác nào bị bức tử. Một ngọn đuốc soi đường cho Xã hội dân sự sẽ bị dập tắt. Xây dựng Xã hội dân sự là cơ hội "thoát Trung". Nhưng Đảng chỉ đăm đăm một con đường "nhập Trung", trở thành Khu tự trị như Tân Cương, Tây Tạng, chỉ là để giữ vai trò độc tôn. Ai cản trở điều đó, đều bị Đảng bức tử. Oái oăm là ở chỗ, nếu "thoát Trung", thì dân sẽ được tự do, dân chủ, nhưng rồi mất Đảng. "Nhập Trung" thì vẫn còn Đảng, nhưng sẽ mất nước, dân phải sống dưới hai tầng áp bức, một là của Đảng Cộng sản Việt Nam và hai là Đảng Cộng sản Trung Quốc, một cổ hai tròng. Thời kì Bắc thuộc kiểu mới, sẽ không biết đến bao giờ mới chấm dứt. Đó là một bài học rất đắt giá cho dân tộc Việt Nam đã nhẹ dạ cả tin theo Đảng Cộng sản. Hi sinh cả tính mạng và tài sản của mình cho một niềm tin viển vông, mù quáng, dẫn đến mất nước, thì từ xưa chưa có bao giờ. Đảng sẽ dùng "Độc lập dân tộc", "Chủ quyền quốc gia" làm vật hiến tế, đổi lấy sự bảo trợ của Trung Cộng, giành độc quyền lãnh đạo cách mạng, đúng hơn là độc quyền cai trị đất nước Việt Nam. Do vậy, bằng mọi giá, Đảng phải bảo vệ lí luận Chủ nghĩa Mác-Lenin, đàn áp khốc liệt các biểu hiện tự do, dân chủ, bất đồng chính kiến. Đồng thời, Đảng tổ chức bầu cử giả hiệu để lấy chính danh, đoạt vị thế lãnh đạo chính chủ.

Bỗng điện thoại di động của Hoàng rung lên, nhìn qua số gọi đến và mở to nút âm thanh, để mọi người cùng nghe: "Thưa thầy, em xin hoãn đến giữa tháng này, mới có thể báo cáo tiến độ đề tài".

- Đó, tức là ngày Mười lăm định mệnh, - Hoàng lập cập tắt điện thoại. - Không thể buông giáo quy hàng, - Hoàng mím môi, vẻ kiên quyết, nhưng giọng nhỏ nhẹ. - chúng ta sẽ tuyên bố tự giải tán viện vào ngày Mười bốn, trước một ngày.

- Đúng! - Quang hưởng ứng, - họ sẽ tung chưởng vào chỗ không người. Ý cô thế nào? - Quang quay sang hỏi Bình.

- Thế thì gấp quá, phải chuẩn bị đối phó thế nào, một khi bị chính Thủ tướng bức tử, - Bình hồi tâm trở lại.

- Chuyện này, không chỉ từ Chính phủ, mà chắc chắn phải có ý kiến từ cấp chỉ đạo cao nhất, - Viện trưởng nhận định, - nhưng có lẽ, thằng con hoang tóc mượt này bị bọn Tàu Cộng giật dây cũng nên. Theo Kant, đạo đức thể hiện ở thiện chí, thì việc bức tử Viện Nghiên cứu xã hội là việc làm thiếu thiện chí, tức là vô đạo đức. Một nhà nước mà nhìn đâu cũng tưởng là phản động, chống đối, thì chính bản thân nó đã trở thành phản động rồi. Bởi vậy, công lí trở thành anh hề, còn bạo lực trấn áp đè bẹp mọi sự phản biện xã hội, để nhà nước giữ thế độc quyền cai trị.

*

Trên đường về nhà, Quang suy nghĩ rất lung, không thể ngờ, viện lại bị giải thể nhanh đến vậy. Cứ ngỡ, ít ra, tồn tại dăm bảy năm, thì còn có thời gian nghiên cứu các đề tài ra tấm ra món. Thế nhưng chưa được hai năm đã bị đột ngột bức tử. Kìa, những thanh giằng cầu Chương Dương loang loáng sau kính xe.

Kìa, có đoàn xe ô tô vận tải ngược lên phía bắc, chở gì mà có vẻ nặng nhọc đến vậy?

Nếu kéo dài thêm thời gian, thì thành viên của viện sẽ phát triển đông đàn dài lũ, lên đến hàng trăm chứ không phải là ít. Từ chỗ chỉ có chín thành viên, sau một năm thêm bốn, rồi bốn nữa, toàn là những nhân vật cự phách; trong đó, không ít người bất đồng chính kiến. À, có lẽ, chính vì sự phát triển nhanh cũng là một trong những nguyên cớ khiến viện bị giải tán sớm, hay chính là những vấn đề bức xúc mà các đề tài nghiên cứu của viện đã đặt ra?

Thương cô Bình. Sau cú đòn này, liệu có trụ vững nổi không? Bởi Viện ISS là gia đình thứ hai của cô. Cái anh chàng Sâm rõ chán, chẳng ra bạn cũng chẳng phải tình nhân. Cả hai cứ chông cha chông chênh.

Theo hiệu ứng Domino, họ sẽ gây khó dễ cho Ngân hàng Việt Thịnh của mình. Đó là nguồn tài trợ chính cho ISS. Phường Gia Thụy kia rồi. Mái ấm gia đình đang chờ ta. Những ngày qua, "bão tố" đổ xuống ngôi nhà. Mỗi khi bên Hồ Gươm có biểu tình chống Trung Quốc xâm phạm biển đảo, là bọn côn đồ liên tục vây ép ngoài cổng, không cho mình ra khỏi nhà. Mình phản đối chuyện đó, bởi quyền tự do đi lại được ghi trong Hiến pháp bị vi phạm, nhưng chúng bảo, đó là mệnh lệnh của "Trên". Thế thì biết bọn côn đồ này là ai rồi. Dù chúng có mặc thường phục, đầu trọc, vẽ hình xăm trổ trên thân thể cũng không che giấu được bản chất biểu hiện lồ lộ qua hành động. Một điều khiến giới trí thức lo ngại, những mối quan hệ bất chính đang diễn ra trong xã hội. Đó là, Đảng liên kết "đồng chí" chiến lược với Trung Cộng, kẻ thù của Quốc gia, Dân tộc; hai là, lực lượng chức năng câu kết với côn đồ chống lại giới trí thức, dân chủ, tôn giáo bất đồng chính kiến và dân chúng khiếu kiện đông người...

Quang dừng xe, rút chìa khóa mở cổng, nhưng loay hoay mãi không tra được chìa, lật lên xem, thì ô hô, kẻ nào đã bơm đầy keo vào lỗ khóa. Thế là lại phải gọi thợ đến cắt khóa cũ, thay khóa mới. Quang vừa bực mình lại vừa buồn cười, về cách hành xử rất "trẻ con" của đám tiểu nhân. Thế mà hằng ngày, dân mình phải nai lưng đóng đủ các loại thuế, ngày một nặng nề, để nuôi báo cô cả một tập đoàn. Một xã hội vô pháp.

Xã hội có đủ các cơ quan lập pháp, hành pháp và tư pháp, nhưng tất cả đặt dưới sự lãnh đạo tuyệt đối, toàn diện và trực tiếp của Đảng Cộng sản. Dưới Hiến pháp có luật, rồi thông tư, chỉ thị, nhưng tất thảy nằm dưới nghị quyết, chủ trương, đường lối, thậm chí là khẩu dụ, hoặc một cái đưa mắt, ngoắc tay của cán bộ Đảng, cũng có thể tiêu mạng một con người.

Xã hội còn có pháp chế nữa. Pháp chế là pháp luật được thực hiện. Kể ra, thay pháp chế bằng công lí thì văn minh hơn. Nhưng thực tiễn, Đảng Cộng sản cầm quyền thì chỉ có pháp chế, chứ không thể tồn tại công lí. Công lí là gì mà không thể tồn tại trong môi trường xã hội chủ nghĩa? Công lí là đạo lí, do vậy, cộng sản nghĩa là phi đạo lí, vô đạo đức, như hệ quả của thuyết Hiện sinh đã chỉ ra.

*

- Thưa các bạn, - Giáo sư Hoàng trịnh trịnh cất tiếng nói, - nhân danh Chủ tịch Viện Nghiên cứu Xã hội, tôi bất đắc dĩ phải tuyên bố tự giải thể. -

Hoàng ái ngại nhìn các cộng sự. - Viện Nghiên cứu Xã hội là một tổ chức tư nhân, phi chính phủ, phi lợi nhuận, cạnh tranh lành mạnh, về các lĩnh vực nghiên cứu xã hội, được cấp giấy phép hoạt động đường hoàng. Đến nay, viện đã hoạt động được hai năm. Thời gian thực ngắn ngủi, nhưng chúng ta tự hào về những kết quả nghiên cứu đã đạt được. Thủ tướng quyết định giải thể viện, càng chứng tỏ chúng ta đi đúng hướng và có hiệu quả phục vụ nhân dân, xây dựng đất nước. Nhưng chính điều đó đã khiến nhà cầm quyền sợ toát mồ hôi, dẫn đến quyết định sai trái, bức tử Viện Nghiên cứu Xã hội. Vậy, chúng ta, những người làm khoa học chân chính, xin tuyên bố tự giải thể, trước khi cái quyết định vô thiên vô pháp kia có hiệu lực. Hãy coi đây là một lời phản đối đanh thép nhất.

Mọi người có mặt trên sân vỗ tay hoan hô rào rào. Hoàng ứa lệ nhìn những mái đầu bạc và ánh mắt rực lửa của các thành viên. Nhác thấy Quang toan nói gì đó, Hoàng liền khoát tay, nói tiếp:

- Tôi xin cám ơn ông Viện trưởng, bà Viện phó và các thành viên của viện đã cộng tác tích cực và hiệu quả. Tuy viện buộc phải tự giải thể, nhưng tinh thần của viện sẽ sống mãi và tất cả chúng ta vẫn tiếp tục nghiên cứu, phản biện xã hội trong hoàn cảnh mới, hình thức mới, chúc tất cả cùng đạt thành tựu mới. Tôi xin tặng các bạn câu thơ của Thi sĩ Bùi Giáng:

"Xin chào nhau giữa con đường

Mùa xuân phía trước, miên trường phía sau".

Tiếng vỗ tay hoan hô rầm rộ, không khí hừng hực, như thể ra quân vào trận mới.

- Giáo sư vẫn khỏe, chưa bao giờ thấy Giáo sư phát biểu hùng hồn như vậy, - Quang, hồ hởi bắt tay Hoàng.

- Từ giờ phút này, tôi đã trở thành Cựu Chủ tịch, các anh chị cũng trở thành Cựu Viện trưởng, Cựu Viện phó, cựu thành viên của Viện Nghiên cứu Xã hội rồi. Nhưng con đường chúng ta đã mở sẽ vươn cao, vươn xa mãi mãi, những lớp người xứng đáng sẽ kế tiếp chúng ta phụng sự đất nước...

Nghe vậy, các thành viên cười rổn rảng.

Viện ISS bị giải thể, có khác gì chuyện bố mình rụng nốt chiếc răng cuối cùng, vào đêm ba mươi tết không nhỉ? Răng rụng báo trước tai họa cháy nhà, chết người, mất tết. Vậy ISS bị bức tử báo hiệu điều gì? Xã hội dân sự sụp đổ, các tổ chức nghiên cứu khoa học tư nhân bị cấm hoạt động, những người bất đồng chính kiến bị đàn áp. Tất thảy, báo hiệu xã hội trở về mông muội. Chế độ độc tài tồn tại trên nền tảng mông muội và bạo lực. Mông muội là mảnh đất màu mỡ cho sự dối trá, lừa gạt, bạo lực là cánh cửa nhà tù giam hãm tư tưởng tự do.

Sâm bắc thang nhôm bốn chân, gỡ tấm biển "Viện Nghiên cứu Xã hội". Bình vội vã chạy tới giữ chân thang, chủ yếu là trợ giúp tinh thần cho bạn. Sâm ngồi vắt chân qua đinh thanh gấp và từ từ hạ tấm biển xuống, Bình đỡ một tay. Mười sáu thành viên cùng lặng lẽ cúi đầu như thể mặc niệm, nếu có bản nhạc *Hát Giang trường hận (Hồn tử sĩ)* cất lên, thì buổi lễ tự giải thể sẽ chẳng khác nào một đám Quốc tang của Xã hội dân sự, đối với người con ISS thông minh, can trường, nhưng không may chết yểu.

- Ối các cụ ơi là các cụ ơi. Các cụ giết con rồi! - Bất chợt, có người đàn bà tất tả chạy từ cổng vào, đầu tóc rũ rượi, khóc bù lu bù loa như cha chết, khiến mọi người ngoảnh lại xem ai, thì té ra là cô Thi, Tổng Biên tập tạp chí Thơ Ca. - Các cụ bảo là người của Thủ tướng, nhưng Thành ủy vừa thông báo, viện bị Thủ tướng ra quyết định giải thể rồi. - Cô ta nghển cổ ngó quanh, chợt thấy Sâm đang lễ mễ vác tấm biển, như thể Chúa Giêsu vác Thánh giá, liền chạy đến, kéo giật lại và quát ầm lên, - thằng này, chính thằng này lừa bà, trụ sở cơ quan biến thành ổ chứa phản động. Bà mà bị làm sao thì mày chết với bà.

Thấy cô Tổng Biên tập tạp chí Thơ ca hiện nguyên hình như một mụ hàng thịt điên loạn giữa chợ, mọi người nháy nhau tản ra phố. Sâm đứng như trời trồng, Bình vội vã dán băng keo thuốc kháng sinh vào vết xước trên cổ Sâm, vẻ xót xa; đoạn, cô mở chai nước lọc cho Sâm uống. Thấy vậy, Quang khẽ nói với Hoàng:

- Nom như cảnh Ngu Cơ dâng nậm rượu chia li cho Hạng Vũ, bên bờ sông Ô Giang.

- Bi tráng quá! - Hoàng cười cười và nói to, - "Rượu Ngu Cơ".

Mọi người ngoảnh lại, vỗ tay rầm rầm, khiến không khí có phần lắng dịu.

*

Sau sự cố Viện Nghiên cứu Xã hội bị bức tử một thời gian không lâu, Thi lên nhận công tác trên Thành ủy, khuyết chân Tổng Biên tập tạp chí Thơ ca. Biên nhận chức Phó Tổng biên tập, phụ trách tạp chí và David La thế chân Thư kí tòa soạn. Còn Sâm vẫn là biên tập viên, nhưng cảm thấy như bị thừa ra, Biên và La không phân công công việc gì nữa và những buổi sinh hoạt cơ quan cũng không mời tới dự.

Sâm lang thang tìm việc tại các tòa soạn báo, tạp chí và đài phát thanh, truyền hình, nhưng khi nghe tin Sâm đã kí tên danh sách phản đối Dự án khai thác bauxite Tây Nguyên và tham gia Viện ISS, thì tất thảy đều ngãng ra. Nhà trọ bấy lâu tá túc cũng bị gây sức ép, không cho Sâm thuê nữa. Cuộc đời là một quán trọ ư? Vậy thì chỉ có chủ quán và ta được quyền định đoạt có trọ hay không mà thôi. Nhưng bây giờ, lại nảy nòi ra kẻ thứ ba, mang quyền lực đến can thiệp, ép chủ quán phải từ chối ta. Thế mà cả hai đều phải chấp nhận cho lành. Nếu chủ quán không chấp hành, sẽ bị gây phiền toái, không thể kinh doanh nhà trọ được nữa, mất "cái cần câu cơm". Ta mà không chấp hành thì còn tệ hơn. Không phải là cuộc đời ruồng bỏ, mà là Đảng cầm quyền dồn cho ta mất khả năng chống đối, phi trí thức hóa bằng mưu hèn kế bẩn. Vậy thì, ta lại lên đường và sẽ cập bến tự do.

Đến nước này thì về quê, "cáo chết ba năm quay đầu về núi". Quê hương, đôi cánh chắp ta bay, khi hoạn nạn lại mở rộng vòng tay đón ta về. Nhớ lại chuyện "động rừng" năm xưa, khiến Sâm bủn rủn cả người. Bây giờ, chẳng còn rừng già và hổ, báo cũng tuyệt chủng, thì làm gì còn xảy ra chuyện "động rừng" nữa? Nhưng thấy phe xã hội chủ nghĩa hỗn loạn thế này, chắc hẳn động mả cụ tổ Các Mác. À, nghe đâu cũng có chuyện chuyển phần mộ của ngài trong nghĩa trang Highgate, bên Luân đôn (London), Thủ đô Anh Quốc thì phải? Sâm cảm thấy lạc lõng giữa làng quê. Mặc dù, đường làng đã trải bê-tông xi-măng và nhà cửa, vườn tược cũng khang trang hơn. Nhà của Sâm đã xây gạch bi, mái lợp tấm phi-bro xi-măng, nom thoáng rộng hơn căn nhà mái lợp cỏ tranh, vách toóc-xi, khi xưa. Mẹ mở sạp tạp hóa nho nhỏ, thỉnh thoảng, Sâm cũng gửi về các món hàng cho mẹ bán, vừa vui tuổi già, lại có đồng ra đồng vào. Đấy là, bóng bay, kẹo cao su, bim bim cho trẻ con; quần, áo lót dùng cho phụ nữ; quần sịp dành cho thanh niên và thuốc lào, bật lửa ga phục vụ cho các ông…

Trước khi vào trường đại học, mình đã tu sửa lại ngôi nhà, nom khang trang hơn, nhưng thực tế, nó vẫn nguyên giá trị cũ. Liên hệ công cuộc đổi mới đất nước cũng y như vậy. Phải thay đổi cấu trúc, làm lại ngôi nhà mới. Đất nước cần tiến hành một cuộc cách mạng về tư tưởng, phủ định cái lỗi thời, cũng như xây dựng lại ngôi nhà vậy.

Thuở Hội Văn nghệ tỉnh mới khai sinh, ông Chủ tịch hội có tầm nhìn xa đã xin tỉnh cấp cho một mảnh đất ở góc nghĩa trang, dành riêng cho văn nghệ sĩ, phòng lúc về chầu "thần bút". Nghe vậy, ông Phó Chủ tịch tỉnh phụ trách văn xã cười ầm lên:

- Sống, còn chưa có nhà cửa, mà đã lo chỗ chết rồi à? Mà này, nghĩa trang sẽ giải thể, chuyển lên rừng, xa trung tâm. Thị xã sẽ lên thành phố. Hay là, tỉnh vẫn dành cho một góc nghĩa trang giải tỏa, cắm đất làm nhà cho văn nghệ sĩ, hả?

Đúng là giời cho. Không phải cứ nói đến cái chết là rủi ro đâu nhé, có khi còn may là đằng khác.

Sâm ăn bám vào sạp hàng của mẹ, chừng dăm bữa nửa tháng, lại khoác túi ra đi. Phải lên thành phố, đó là chỗ sống và làm việc của giới trí thức, văn nghệ sĩ. Hay là dạy thêm cho học sinh phổ thông trung học? Ồ, thế mà không nghĩ ra, mình sẽ ké một chân vào lò luyện thi nào đó. Nhưng học sinh chỉ luyện toán, văn, chứ đâu có ôn thi chính trị, triết học. Thôi thì luyện văn cũng được, mình làm thơ có tên tuổi kia mà. Sâm mở *Sổ tay tu dưỡng*, viết vắn tắt về một quãng đời:

1/ Triết-chính trị:

Triết học cổ điển Đức và ngọn nến, căn phòng biên tập

Mở cửa sổ, những bóng ma bay ra

Nhặt cái gạt tàn thuốc lá ném qua cửa sổ.

Ôi thôi, bức phù điêu Búa liềm vỡ tan...

Chốn đây là một nhà ga, nơi đi tìm tư tưởng chính trị cấp tiến.

2/ Thơ tân hình thức:

Cuốn sách Triết học

(dấu cộng)

Bức phù điêu Tiên trí thức Lang Liêu

(dấu mũi tên)

Cú ném vô thức vào bóng ma

(dấu bằng)

Biểu tượng chính trị Cộng sản quốc tế tan vỡ.

Niềm tin lí tưởng vào Chủ nghĩa Mác-Lenin đổ vỡ, cũng như cái biểu tượng Búa liềm trở về cát bụi; tuy cập bến ISS của giới trí thức cấp tiến, bơi trên con thuyền đi tìm tự do, dân chủ cho đời mình và cũng là cho đất nước, nhưng rồi chẳng được bao lâu, ISS yểu mệnh, khiến Sâm hoang mang vô cùng. Đi đâu?

Lần cuối cùng, Sâm tạm biệt căn phòng biên tập thân yêu của tạp chí Thơ Ca. Chọn mấy quyển *Sổ tay tu dưỡng* cho vào túi khoác, Sâm chào rơi Phó Tổng biên tập và Thư kí tòa soạn một câu: "Tôi đi đằng này có việc nhá!" và xuống đường, đầu không ngoảnh lại.

BỆNH VIỆN TÂM THẦN

16.

Bình vừa thong thả phun nước tạo mưa, tưới từng nhánh hoàng lan, lại vừa nghiêng tai nghe âm thanh ríu rít như bầy chim non của trẻ em Trường Quốc tế, từ bên kia đường vọng sang, những giọng ca líu lo, ngộ nghĩnh bằng các thứ tiếng nước ngoài. Trẻ con hát bằng thứ tiếng gì cũng đáng yêu, thậm chí, chúng khóc cũng có lúc ngộ nghĩnh, tức cười. Một chút chạnh lòng về phận đơn thân, như mưa bóng mây thoáng qua, Bình đứng ngẩn ngơ...

Nhụy hoa vàng quý phái, tỏa hương ngan ngát, khiến Bình chợt nhớ tới chàng. Chuyến đi điền dã, chàng đã tha về mấy giò hoàng lan và gốc cây mục rồi mang hẳn đến nhà Bình, ghép ghép, buộc buộc, treo lên.

- Hoa thơm, dáng đẹp, khiến người ta thích gần.

Mùi hương quyến rũ. Thời xưa, - tức thời sinh viên, nhưng Sâm gọi như vậy, cảm thấy xa vắng mông lung, - thời xưa, mình thích Đa đệm ghi-ta cho mình hát bài *Gửi người em gái miền Nam* của nhạc sĩ Đoàn chuẩn, Từ Linh. - Đoạn, Sâm khe khẽ hát mấy câu: "Tôi có người em gái, tuổi chớm dâng hương, mắt nàng rộn ý yêu thương...".

Bất chợt Sâm chết lặng, liếc sang Bình cũng thấy cô má đỏ bồ quân. Cả hai sực nhớ thời sinh viên, bọn con trai thích ngồi gần và thân thể cô tỏa hương.

Và từ bữa đó, Sâm không đến nhà Bình nữa.

Sau khi Viện ISS tự giải thể, Sâm đi đâu? Anh chị em thành viên của viện còn có lương hưu, hoặc lương chuyên môn, người thì từ Viện Toán cao cấp, kẻ thì từ Phòng Công Thương Việt Nam, hay Ngân hàng Việt Thịnh... Còn Sâm, bỏ cơ quan tạp chí Thơ ca không kèn không trống, nghe nói là về quê, nhưng cũng có tin, thấy Sâm chạy xe ôm. Xe ôm, Sâm đã từng gọi diễu theo thời xưa là phu xe. Bình bùi ngùi, ra các tụ điểm đưa, đòn khách của cánh xe ôm, dò la, nhưng không thấy bóng hình "người ta" đâu sất cả. Nhớ có lần, Sâm thống kê hàng loạt từ ngữ miền Nam "xâm lăng" ra miền Bắc: tô phở-bát phở, xe ôm-đèo xe máy, lẹ -nhanh, bôlêrô-nhạc vàng... Và chàng phán, miền Bắc "xâm lăng" miền

Nam bằng bạo lực cách mạng, miền Nam "xâm lăng" miền Bắc bằng văn hóa, bác ái và kinh tế thị trường…

Sâm có lòng tự trọng cao đến mức cực đoan, nhưng cũng dễ tổn thương. Sâm cũng giống như khóm lan vậy, nom thân nhánh thô kệch, cánh hoa mỏng manh, nhưng hương thơm quyến rũ lòng người. Phố phường, kẻ chơi hoa, cây cảnh nâng niu, chăm bẵm khác nào đối với con thơ. Nhưng qua chuyến đi thực tế vùng núi cao, thấy đồng bào bứng về đầy quẩy tấu, rồi phơi khô, mang bán qua biên giới. Không biết bên Tàu dùng thân phong lan khô làm gì, mà thu mua nhiều vậy. Từng đoàn, từng đoàn người địu quẩy tấu vượt biên trái phép, xuất khẩu qua đường tiểu ngạch. Đó cũng là một nguồn thu quan trọng, mà trong bảng thống kê, phân tích tư liệu đề tài, ghi là "nguồn khác". Có ý kiến cho rằng, Trung Quốc mượn tay đồng bào ta để chặt cây cổ thụ, phá rừng biên giới, nhưng thực tế không phải như vậy.

Đề tài: "Năng lực cạnh tranh", làm thuê cho Trung ương Đoàn thanh niên cộng sản Hồ Chí Minh, bởi nguồn tài trợ từ Đan Mạch, có chút kinh phí, chứ các đề tài của Viện ISS, chủ yếu từ ngân hàng Việt Thịnh tài trợ, mà ngân hàng đó là của ai? Viện trưởng chứ đâu... Tài trợ kiểu đó, khác nào gấu tự mút tay trong mùa đông giá rét. Bây giờ, Viện ISS giải thể rồi, thỉnh thoảng mới có cuộc hội thảo, hoặc báo chí phỏng vấn, mình mới có dịp bày tỏ chính kiến với kiến thức tích lũy bấy lâu, chứ ngồi không cũng buồn, "nhàn cư vi bất thiện" là cái sự vậy.

Quanh ra quẩn vào, mỗi khi nhìn giá sách của bố, thấy chồng sách triết học phương Tây đã từng cho Đa mượn và Sâm xem, lại nhớ danh mục các lĩnh vực nghiên cứu, theo quyết định của Thủ tướng Ba Ích, về triết học, chỉ có Mác-Lênin, không có phương Đông, phương Tây gì hết. Lĩnh vực xã hội, vắng bóng các đề tài kiểu ISS. Cựu Viện trưởng bất bình kêu lên, thế này thì khác nào ngăn phản biện xã hội, chặn Xã hội dân sự, phản tiến bộ, phản khoa học, phản dân chủ... Nhưng mồm mình nói, thì tai mình tự nghe, vậy thôi. Một bộ máy điều hành đất nước mà nhẫn tâm với giới trí thức cấp tiến, vô cảm với nỗi đau khổ của dân chúng cần lao, thì chính quyền đó, phi phát xít cũng ắt là cộng sản.

*

David La nhón cái túi giấy đựng đường, nhỏ như điếu thuốc lá, vừa mổ mổ ngón trỏ cho đường rơi xuống tách cà-phê đen, đặc sánh, vừa nghiêng đầu, cao đàm khoát luận:

- Quyết định của Thủ tướng, độc nhất là Điều Hai, điểm Hai, cấm công bố công khai các ý kiến phản biện. Thế thì khác gì bịt mồm bọn Dân chủ và Xã hội dân sự.

- Đúng, nhưng điểm Ba thuộc Điều Bốn mới quyết liệt, thu hồi giấy chứng nhận đăng kí, tiến hành các thủ tục chấm dứt hoạt động đối với các tổ chức khoa học, công nghệ tư nhân. - Biên vừa khuấy cà phê nâu đá, vừa lắng nghe tiếng kêu lanh canh của thìa inox và những viên đá lạnh va chạm vào thành cốc thủy tinh, vừa tự thưởng thức phát hiện "sự quyết liệt" trong quyết định của Thủ tướng đối với Viện ISS và giới nghiên cứu khoa học. - Đó, cái viện vừa mới ra đời, chưa kịp mọc mũi sủi tăm đã tự vẫn. Thằng Sâm liệu có bị chôn sống theo không?

- Hắn định học tập và làm theo tấm gương của Đông-ki-sốt (Donkihote) đấy, đánh nhau với cối xay gió, thực vô nghĩa, mà lại còn nguy hiểm. - La ra vẻ hiểu biết, - liệu hắn có còn mặt mũi nào quay trở về phòng biên tập của tạp chí chúng mình nữa không nhỉ?

- Anh cứ chủ động xem qua bản thảo, rồi chuyển sang tôi, - Biên ngoảnh sang phía tiếng cười khúc khích của mấy cô phục vụ. Họ đang trêu đùa nhau, thỉnh thoảng lại liếc nhìn "pho tượng sống" đang thao thao bất tuyệt, - chị Thi cũng dặn tôi thế, trước khi chuyển công tác lên Thành ủy.

- Số này, tạp chí đăng trường ca của tôi nhé, rung động cả thành phố cho mà xem, hiệu ứng lan tỏa đến các tỉnh trong cả nước, chứ không đùa, - La hùng hồn tuyên bố.

- Để từ từ rồi tính sau, - Biên nghĩ bụng, cái thứ trường ca ấy có chó nó đọc, nhưng miệng lại nói, - có khi sẽ ra số chuyên về trường ca, nhưng chờ dịp khác hẵng hay. Thơ của cộng tác viên còn mấy cặp bản thảo nữa mà, để trong phòng biên tập ấy.

- Không cẩn thận, thằng Sâm nó ôm đi bán cho tình báo nước ngoài thì khốn, - La nổi máu trinh thám, nói câu cảnh giác.

- Hơ hớ hớ... - bất giác, Biên ngửa cổ cười, nửa như giễu cợt, nửa như thương hại, - tình báo mua giấy vụn bốn ngàn đồng một kí-lô à?

La thấy vậy, nghĩ vụng, sao giống cái cảnh Ngụy Diên cười, khi phản lại Khổng Minh thế. Bất đồ, La rút cái thìa, len lén lia ngang một đường có tính tượng trưng mà thôi, nhưng ngỡ như thanh gươm trừ tà đã rút ra khỏi vỏ.

*

Biên tuy là Phó Tổng biên tập của tạp chí Thi ca, nhưng La coi thường. Mang danh nhà thơ mà không làm nổi một bản trường ca, viết mươi câu thơ còn tạm được, viết trăm câu đã đuối, nói gì đến ngàn câu, vạn câu. Bây giờ, sao xuất hiện nhiều trường ca lục bát như kiểu diễn ca, nhưng lại ép vần thất vận đến độ. Câu chữ thì thô nhám, thuần có một nghĩa như thể món rau luộc. Thật buồn cho nền thơ ca Thủ đô, nói rộng ra là toàn quốc cũng vậy. Thủ đô là nơi tụ hội tinh hoa của cả nước mà còn thế, huống hồ các tỉnh lẻ. Thảo nào, thằng Sâm nó đề xuất giải tán quách các Hội Văn nghệ, cho đỡ tốn tiền thuế của dân. Nhưng nghĩ lại, thấy nó ngu thật, giải tán thì lấy chỗ đâu mà chơi, văn nghệ sĩ không có chỗ chơi là sinh loạn. Tuyên giáo định hướng sáng tác và An ninh quản lí "cái chỗ chơi" đó, để giữ ổn định chính trị.

Qua chuyện Thi giao Biên phải móc nối thế nào đó, kết nạp cho được La vào Hội Văn nghệ thành phố, từ đó, bổ nhiệm chức Thư kí tòa soạn cũng đỡ ngọ ngằn. Cái này thì Biên làm ngon. Nhưng khi La trở thành hội viên chính thức thì lại lên mặt với Biên. Biên nghĩ bụng, thằng này cũng thuộc hạng "giá áo, túi cơm, thùng rượu, bị thịt" mà thôi. Nhưng nói cho công bằng, hắn tốt mã, hoạt khẩu và hơn đứt mình ngón đàn và trò ve gái. Ve được Tổng Biên tập, thì nắm được cả tòa soạn trong lòng bàn tay. Bây giờ, làm văn học nghệ thuật cần phải có tài năng, lòng dũng cảm, sự đam mê và cảm hứng đặc thù. Thằng này, tài năng chưa đầy một vốc, lại luôn "biến hình" để lấy lòng lãnh đạo thì thiếu đứt lòng dũng cảm rồi. Hắn chỉ có sự đam mê chốc lát, cảm hứng thì lôm côm, thơ một tí, nhạc một tẹo, về triết thì chỉ là hạng thuộc bài, người xứ ta thấy lạ thì tò mò mà thôi. Thực ra, hắn không đầu tư sâu sắc vào một lĩnh vực nào, nên nghệ thuật của hắn chỉ làm xiêu lòng các cô gái nhẹ dạ, cả tin. Mình cũng chẳng hơn gì hắn, nên biết thân biết phận làm một anh công chức trong lĩnh vực văn chương hàn mặc vậy thôi.

Trường hợp Sâm kể cũng lạ, mình mở đường nhường chèo cho tiến về Thủ đô, trình độ thơ ca và biên tập hơn hẳn tay La, thế mà nó chẳng màng chức vụ, lại còn lao vào chơi trò chính trị của bọn ISS nữa. Thật chẳng hiểu ra làm sao? Nó vác cuốn *Sổ tay tu dưỡng* cũ mèm, đi phương lai nào nhỉ? Bọn nó định xây dựng một xã hội mới, bằng cách phủ định mọi giá trị của xã hội đương thời ư? Coi chừng, tránh vỏ dưa lại gặp vỏ dừa. Đảng Cộng sản cũng từng trưng khẩu hiệu xây dựng xã hội công bằng, dân chủ, văn minh đấy thôi. Nhưng khẩu hiệu muôn đời vẫn là khẩu hiệu. Ai gây dựng ngọn cờ, tập hợp lực lượng, đó mới là điều quan trọng nhất, thì vẫn mò kim đáy biển? Hãy vào trại giam mà tìm trong đám "tù nhân lương tâm", hay ra hải ngoại kiếm bọn bị trục xuất chính trị, mà tìm kiếm "ngọn cờ".

Có lần, Sâm uống rượu quá chén, ông ổng đọc thơ Hoàng Nhuận Cầm:

"Tất cả chúng ta đều bị theo dõi

Tất cả chúng ta sắp bị bắt rồi"...

A, thì ra, nó biết tất cả, nhưng giả vờ như không biết, chứ đâu phải hạng ngu. Đàn ông thử rượu và gái, còn đàn bà thử tiền và phấn son, áo váy, thì đố mấy ai thoát được.

*

Có bận, trời mưa phùn, Sâm thấy một người phụ nữ choàng áo mưa vàng, tay xách làn mây, đầu đội nón lá, dáng vẻ nhà quê ra thành phố, đang đứng chờ xe. Sâm ghé sát, toan rước khách, chợt nhận ra Bình, vội chống chế một câu, giả giọng Nam Bộ: "Mắc công chuyện", rồi rồ ga phóng vụt đi. Chết thật, sao mình không nhận ra cái áo mưa màu vàng ấy nhỉ? Chính mình đã mua tặng Bình, lưng áo còn vẽ thêm một một chồng mấy cuốn sách và dòng chữ: "Trọn đời phu chữ". Qua kính chiếu hậu, Sâm thấy Bình ngơ ngác đến tội nghiệp. Có lẽ, cô ta cải trang để phục kích mình chăng? Thế là từ đó, Sâm chuyển địa bàn hành nghề xe ôm ra ngoại thành.

Mình đường đường là một trí thức, một nhà thơ,

không phát huy trí tuệ theo tinh thần cống hiến của Viện ISS hay sao? Thế là Sâm về phố huyện năm xưa, bán mảnh đất vốn liếng đầu tiên của đời người đàn ông, gom tiền làm tuyển tập thơ về ngành giáo dục. Sách ra, dày cả gang tay, giới giáo chức hồ hởi đón nhận, nhưng ai cũng chỉ muốn được tặng, chứ không chịu rút hầu bao ra mua. Chịu lỗ keo này, Sâm lại chuyển sang làm tập thơ doanh nghiệp *Doanh nhân và thơ*. Bọn này nặng bầu tiền, chứ không cò dè cò tắc như cánh giáo nghèo. Nhưng một khi đã lao vào làm ăn kinh tế thì lấy đâu ra thơ hay. Vả lại, bọn này né tránh vấn đề chính chính, để lấy chỗ làm ăn cho lành, nên thơ nhạt. Thế là, chỉ doanh nhân nào có bài trong tuyển tập mới chịu mua một cuốn và một cuốn đương nhiên được tặng là sách tác giả rồi. Bạn đọc ngoảnh mặt không phải vì giá sách cao, mà là thơ khẩu hiệu, vần vè hóa nội dung tuyên truyền chính trị.

Xứ mình đã trở thành cường quốc thi ca. Đội quân thi nhân đông đến hàng trăm vạn, nhưng trang bị lạc hậu, chủ yếu vẫn là súng trường, bắn phát một, thậm chí, còn có cả giáo mác, gậy gộc; tuy nhiên cũng có dăm bảy khẩu pháo tầm xa, nhưng thiếu hẳn tên lửa vượt đại châu. Do vậy, thơ ca chỉ luẩn quẩn trong vũng ao làng, mà không thể vươn xa thế giới. Thật là tội nghiệp, khi thế giới đã xếp hạng Đảng Cộng sản là một tổ chức Mafia, Hồ Chí

Minh là tội phạm khủng bố, nhưng các nhà thơ không hay biết gì, vẫn cứ véo von ca ngợi. Nhân loại cần những tác phẩm nặng kí về tư tưởng và triết học, có giá trị nhân văn và chất lượng nghệ thuật đỉnh cao. Nhưng đã mấy lần hội thảo, Sâm nêu vấn đề này, thì bị coi là phù phiếm, nên thơ ca vẫn kết bè đồng ca, theo kiểu "chiến tranh nhân dân", vậy thôi...

Cái giống thơ ca cũng như nhan sắc đàn bà, mỗi người chỉ phát tiết một thời ngắn ngủi. Chiếm được ngôi vị cao đã khó, nhưng nhờ đó mà có cơ hội vinh thân phì gia, hỏi được mấy người? Hai tuyển tập thơ được báo chí, truyền hình, phát thanh tung hô lên tận mây xanh. Kết cục, chỉ được danh tiếng, nhưng không có miếng xơi. Mảnh đất phố huyện hóa thân vào thơ ca và tan biến như chưa hề có vậy. Còn mảnh đất nghĩa trang thị xã giải tỏa, phải giữ, nếu bán nốt sẽ trắng tay. Bụng bảo dạ, Sâm ngẫm ra, sau cuộc chơi, chẳng cái dại nào giống cái dại nào. Hai tuyển tập thơ dày cộp, về nhà giáo và doanh nhân, nhưng vẫn vắng bóng thi sĩ-trí thức. Đó chính là căn nguyên của sự thất bại. Thi sĩ-trí thức phải là nhà thơ thiên tài, biết phản biện xã hội và diễn đàn của họ chính là ấn phẩm thơ lan tỏa mọi tầng lớp xã hội. Nhưng giả dụ, mình kì công sưu tầm, tuyển chọn trong cả nước, được những bài thơ tuyệt tác như thế chẳng hạn, thì cũng không có nhà xuất bản nào dám duyệt in, vì chưa có nhà xuất bản tư nhân. Mà nếu đưa ra nước ngoài in, rồi bắn cầu vồng về nước thì thực nhiêu khê.

17.

Sâm thường vào mạng Bauxite Việt Nam, qua website Bauxite vn.net, cũng có khi vào trang blog Bauxite.blogspot.com, thấy cách thức trình bày giản dị mà sâu sắc. Chữ "Bauxite" màu đỏ, nhưng chữ "X" viết màu đen, rất to, nom như dấu gạch xóa, còn chữ "Việt Nam" màu xanh, chân phương. Bên dưới, giật một hàng chữ: "Thông tin, trao đổi về vấn đề Bauxite ở Việt Nam. - Tiếng nói phản biện nhiều mặt của người trí thức".

Các nhà khoa học lớn, nhân sĩ trí thức hàng đầu đều tham gia kí tên phản đối Dự án khai thác bauxite Tây Nguyên. Tác hại của dự án đối với môi trường, xã hội và an ninh, quốc phòng cực kì nghiêm trọng. Nhưng Chính phủ vẫn quyết tâm làm tới, coi đó là một "Chủ trương lớn" của Đảng. Những người phản đối dự án sai lầm đó, đều bị coi là phản động. Sâm bỏ công sưu tầm tài liệu về dự án này, và tự nhận thấy, nhân sĩ, trí thức phản đối là đúng và có tinh thần phản biện, trách nhiệm xã hội cao. Tuy trái với chủ trương của Đảng, nhưng nếu dừng dự án, sẽ bảo vệ được yếu huyệt "Mái nhà Đông Dương". Thế là, Sâm tham gia kí tên, gửi tới email bauxitevn@gmail.com. Hôm sau, thấy tên mình xuất hiện giữa hàng ngàn dòng tên, trong nước và ngoài nước, Sâm cảm thấy tự hào, hãnh diện.

Thế là, tuy các Tổ Tư vấn, Ban Nghiên cứu của Thủ tướng bị giải thể, Viện ISS bị bức tử, nhưng tiếng nói phản biện của trí thức vẫn còn. Tiếng nói phản biện còn thì trí thức vẫn còn. Do vậy, trí thức cấp tiến phải có ý kiến phản biện. Trí thức tinh hoa phải có yếu tố hội tụ và dẫn dắt xã hội, ít ra là gây tiếng vang trong dư luận, thúc đẩy "cỗ xe bò bánh vuông" rướn lên. Sâm mở mạng, tìm hiểu khái niệm trí thức. Ôi, cũng đa dạng như khái niệm về thơ và nhà thơ vậy. Thời hiện đại, người ta gặp nhau ngoài đời thì ít, thậm chí, không biết mặt nhau, nhưng tìm nhau trên mạng thì nhiều. "Thế giới phẳng", con người vừa xa nhau, nhưng cũng vừa xích lại gần nhau.

Tiêu chuẩn "phản biện" phân biệt giới trí thức một cách nghiệt ngã. Người ta thấy ngay, đâu là trí thức công chức, đâu là trí thức trùm chăn, hơn nữa, thấy bộ mặt của trí thức cơ hội, trí thức công cụ. Trí thức công cụ bị sử dụng như tay sai. Họ bám vào Đảng cầm quyền như vật kí sinh, bất chấp lợi ích quốc gia, dân tộc. Họ cũng lớn tiếng bảo vệ lợi ích nhóm, thoạt nghe cứ ngỡ là có tinh thần phản biện, nhưng thực ra là ngụy biện. Đối lập với loại này là trí thức cấp tiến. Trí thức cấp tiến luôn khao khát cống hiến, mang lại lợi ích cho đất nước, chống lại những chủ trương, chính sách và luật lệ sai trái của chính quyền. Và tất nhiên, họ bị chính quyền đàn áp, dưới mọi chiêu bài và nhiều thủ đoạn mông muội, hoặc tinh vi. Chính quyền trở nên phản động, khi nó không đặt lợi ích của quốc gia, dân tộc lên trên hết, mà chỉ phụng sự cho đảng cầm quyền, mang ý thức hệ lỗi thời. Bởi vậy, trí thức phản biện thường kèm theo sự dấn thân. Nếu người trí thức có tinh thần phản biện, nhưng không dám dấn thân thì cũng vô nghĩa mà thôi. Họ có thể mất chức vụ, quyền lợi, có thể bị vu cáo, bôi nhọ làm mất uy tín, hoặc có thể bị bắt bớ, tù đầy, hay trục xuất ra nước ngoài. Trí thức cũng giống tiêu chí hiện sinh, con người trở nên tự do và có trách nhiệm cá nhân, chứ không phải tự do vô tổ chức như luận điệu phái duy vật biện chứng xuyên tạc. Nhưng phản biện ở đâu và như thế nào? Phân tích vấn đề đánh giá đúng, sai có thể thông qua báo chí, đài phát thanh, xuất bản phẩm, hoặc diễn đàn... Qua đó, có thể hiệu triệu, tập hợp quần chúng. Vậy thì, tổ chức diễn đàn còn yêu cầu không kém tiêu chuẩn phản biện nữa kia. Bây giờ, diễn đàn có thể thông qua các cuộc hội thảo, tọa đàm, mít tinh. Nhưng cũng có thể nối mạng với nhân quần, qua internet, facebook, twiter...

Sâm nhớ, thời sinh viên, không học môn Xã hội chủ nghĩa khoa học, tuy có môn triết, nhưng không thấy đề cập đến minh triết. Minh triết cũng là một thứ triết học của người khôn ngoan, lựa chọn biện pháp tối ưu để đạt hiệu quả công việc cao nhất. Nghe thì có vẻ trừu tượng, nhưng nó có từ thời Hi Lạp cổ đại. Ngày nay, người ta triển khai ra rất nhiều lĩnh vực. Rất lấy làm ngạc nhiên khi nghe đến khái niệm minh triết trong ăn uống, khiến chàng sực nhớ đến bức phù điêu sự tích chuyện Bánh chưng bánh dày. Lang Liêu minh triết ư? Minh triết tuyệt vời, thế mà bấy lâu nay mình chẳng biết gì.

Các nhà nghiên cứu minh triết bị cấm cản, bởi minh triết chỉ ra khả năng nhận thức được sự đúng, sai và đánh giá hành động. Thái cực khác của minh triết là sự phản kháng quyết liệt. Một nhà trí thức lão thành, được mệnh danh là "Ông già minh triết" còn yêu cầu bắt cả Tổng Bạc, về tội phản quốc, hại dân. Bởi ông biết, Tổng Bạc đã ngấm ngầm kí kết một hiệp ước cho phép lực lượng vũ trang của Tàu Cộng kéo vào nước ta, khi có biến. Trời đất, từ xưa chưa thấy bao giờ, nhưng đó không phải là thái cực đối lập của minh triết.

Nếu không đủ kiến thức, kinh nghiệm mà vận

dụng học thuyết chính trị Mác-Lenin vào đời sống chính trị xã hội, thì còn tai hại vô cùng. Nguyễn Ái Quốc, lúc trình độ mới lớp Nhất, Sơ học yếu lược, tương đương lớp Sáu bây giờ, chưa đủ kiến thức phổ thông, hẳn là không hiểu về triết học và minh triết, thế mà rước Chủ thuyết Mác-Lenin vào Việt Nam, tàn phá đất nước. Mầm mống xứ ta bị dẫn dắt lầm đường, tính từ lúc Nguyễn Ái Quốc tán thành Quốc tế cộng sản Ba. Bởi lúc đó, tại Pháp đã có rất nhiều tài liệu vạch ra sai lầm của Mác rồi. Thậm chỉ, cả Mác và Ăng-ghen cũng đã tự phủ định học thuyết của chính mình, thể hiện trong tác phẩm *Cuộc đấu tranh giai cấp ở Pháp*. Tiếc rằng, Nguyễn Ái Quốc thiếu kiến thức và không có tầm nhìn xuyên thế kỉ như Phan Bội Châu, Phan Châu Trinh, nên rước thứ lí luận cách mạng chuyên chính vô sản tàn độc và ảo tưởng, gieo tai họa cho dân tộc. Rồi đây, không biết đến bao giờ, các thế hệ cháu con mới có thể khắc phục được hậu quả bê bối và tang thương như vậy. Không chỉ dân chúng, mà còn biết bao cán bộ, đảng viên cũng bị nhồi sọ đến mức u mê, đã tự nguyện phấn đấu, hi sinh cả bản thân và gia đình mình, cho cái thứ lí thuyết giáo điều và hão huyền ấy. Chẳng nói đâu xa, ngay như bố mình cũng bị "lá đề che mắt ngựa", nên chỉ thấy Hồ Chí Minh vĩ đại, tung hô cho đến chết. Mình cũng bị nhồi sọ bằng mớ kiến thức về Chủ nghĩa Mác-Lenin lỗi thời, mà ban đầu cứ ngỡ là bó đuốc soi đường. Bởi vậy, "khai dân trí" là rất quan trọng và hơn lúc nào hết, đất nước cần có đội ngũ trí thức đủ mạnh để chấn hưng dân tộc. Và, cũng như nhà khoa học nào đó, lôi tha con ốc bươu vàng vào nước ta, chúng sinh trứng đỏ, nở ốc con, đàn đàn lũ lũ, phá hoại ruộng đồng, không biết đến bao giờ mới diệt trừ cho xong. Họa hại cộng sản gây ra, còn tàn độc hơn ốc bươu vàng hàng vạn lần. Thế giới xếp hạng về tội ác gây ra cho nhân loại, thì cộng sản còn tệ hơn phát xít.

Có thời, Bộ Chính trị giao cho các nhà khoa học đầu đàn nghiên cứu chế tạo bom nguyên tử, khiến ai nấy đều kinh hãi. Bom nguyên tử ư? Có người từng nói, Chủ nghĩa xã hội khác nào bom nguyên tử. Cái thứ lí luận đấu tranh giai cấp và chuyên chính vô sản truyền bá đến đâu thì tàn phá xã hội đến đó. Đã theo chủ thuyết cộng sản, lại thêm bom nguyên tử nữa, thì sức tàn phá gấp đôi. Có lúc, Sâm hoang mang tột độ, ngỡ như nghe nhầm, tưởng bị xuyên tạc, lòe bịp của các thế lực thù địch. Nhưng càng đi sâu nghiên cứu, về lí luận cũng như thực tiễn diễn ra trên thế giới và đất nước đang được bạch hóa, khiến chàng thất vọng đau đớn. Nếu bố còn sống, mà ngộ ra sự thật kinh hoàng này, chắc phải cắn lưỡi mà chết.

Cộng sản lừa dối cả nhân loại, xây dựng thiên đường trên Trái Đất ư? Một khi vắng bóng giới trí thức tinh hoa, thiếu nghiên cứu về triết hiện sinh và minh triết, nên không có người phản biện xã hội, khiến thiên hạ mù lòa, lầm đường lạc lối. Cần phải có trí thức, soi đường cho quốc dân đi.

Những người theo đạo Thiên Chúa tin Thiên Đàng, tức Thiên Quốc, Nhà Trời, Nước Chúa, Nước Trời là có thật. NASA (National Aeronautics and Space Administration), Cơ quan Hàng không và Không gian Hoa Kì đã từng chụp ảnh được Thiên Quốc trong bầu trời. Và, trong Thông điệp Bách chu niên (1891-1991), Giáo hoàng Gioan Phao lồ Đệ Nhị (John Paul II) từng chỉ rõ, Thiên Chúa đã góp phần quan trọng đánh tan Chủ thuyết xã hội. Vậy sao Chúa lại để cộng sản ra đời và tàn phá thế giới? Nhân loại phạm điều chi mà bị Thiên Chúa trừng phạt đến độ?

*

Bỗng một hôm, Bình lần mò dò tìm đến căn gác trọ tồi tàn ngoại thành, khiến Sâm sững người.

- Anh sống bằng gì?

Bước đường cùng, Sâm chỉ còn biết hất cằm, chỉ vào cái xe máy.

- Có phải, anh viện có "mắc công chuyện", rồi bỏ mặc khách?

Sâm đứng như trời trồng.

- Tạp chí Thơ ca có còn trả lương cho anh?

- Mình bỏ đi.

- Cần làm lại "chế độ" anh ạ, - Bình dịu giọng, - Vẫn chưa cắt biên chế chứ, anh?

- Không rõ, từ đó, mình có quay trở lại lần nào nữa đâu.

Bình khẽ nén tiếng thở dài.

- Chú Quang vẫn làm Giám đốc Ngân hàng Việt Thịnh, đang cần tuyển lái xe. Anh thì biết lái xe rồi mà, thạo là đằng khác.

Sâm hiểu, mấy bác ở viện cũ muốn tạo công ăn việc làm cho mình. Bỗng lòng tự ái nổi lên, Sâm khước từ thẳng thừng:

- Không cần đâu, mình vẫn ổn. Mà cũng không cần đồng lương chết đói của tạp chí Thơ Ca đâu.

Bình ôm mặt khóc. Lâu lắm rồi, có dễ từ lúc Viện ISS bị bức tử, đến bây giờ cô mới khóc trước mặt người khác.

- Hay là, anh về với em, nhà sẵn đó, rộng rinh,

- sợ Sâm hiểu lầm, cô lèo thêm, - mỗi người mỗi phòng. Hằng ngày, anh đi làm cùng chú Quang, cũng là chỗ thân quen mà, anh..

Bình nghĩ, có lẽ Sâm mặc cảm với hương hồn Đa, hay ngại cảnh "chó chui gầm trạn", nếu như... Nhưng có một điều cốt tử, mà có lẽ chưa ai thấu tỏ lòng Sâm, kể cả Bình. Đó là, lí tưởng sụp đổ, khiến Sâm bơ vơ, lạc lõng giữa cõi đời. Không phải chuyện bỏ đi hoang, như những kẻ bất đắc chí, bởi Sâm là người dám làm và dám chịu trách nhiệm. Sâm đang đi tìm phần hồn cho cái xác của mình. Từ bỏ Duy vật biện chứng, hướng tới Hiện sinh, khiến Sâm như lột xác, đúng hơn là nhào nặn lại bộ óc của mình, thay đổi nhận thức, đổi mới tư duy. Sâm dò dẫm tiếp cận thuyết Hiện sinh, như buổi đầu đến với Bình bằng mùi hương trinh nữ và bây giờ, Hiện sinh cũng như Bình, ngay bên cạnh, chỉ chờ nhập cuộc mà thôi. Nhưng làm sao có thể đọc câu thần chú "khắc xuất, khắc nhập", mà phải bằng cả khối óc, trái tim và sức lực.

Hiện sinh, trào lưu xuất hiện ở phương Tây, Sâm đã đọc bản dịch ra tiếng Việt, tác phẩm *Buồn nôn* của Jean Paul Sartre, nhưng cũng chỉ là để tham khảo, bởi lúc đó, triết học Mác-Lenin đang chiếm ưu thế trên mảnh đất này. Nhưng bây giờ, thời đại khác xưa rồi, triết học hay chủ thuyết gì đi chăng nữa cũng phải hướng về con người, vì xã hội và con người hiện tại, chứ không mông lung mơ hồ đấu tranh giai cấp, xây dựng Thế giới đại đồng nữa.

*

Có một điều, Bình còn giấu Sâm. Cô đã lên tận xóm núi, thăm mẹ chàng. Nhà cũng dễ tìm, đầu xóm, bà cụ bán tạp hóa.

Bình không dám nói với bà cụ là đi tìm Sâm, sợ bà cụ lo lắng thái quá sinh bệnh thì phiền. Không hiểu sao, tuy mới gặp lần đầu, mà giữ hai người đã chan hòa, cởi mở tình cảm, như thể thân thiết từ lâu.

- Chị có mấy cháu rồi? Anh nhà làm gì?

- Con cũng như anh Sâm, đều chưa lập gia đình riêng, bác ạ. - Bình thật thà đáp, cảm thấy se lòng.

Bà cụ nhìn cô trân trân. Gái chân son mà một thân một mình, trèo đèo lội suối lên tận rừng xanh núi đỏ, tìm đến nhà mình nghèo hèn thế này, hẳn là tình sâu nghĩa nặng lắm. Nhưng con trai đã nói gì với mình đâu? Chẳng lẽ vơ vào? Gia cảnh cô này chắc cũng khá giả, có của ăn của để, sắm được cả ô-tô, lại tự vặn lái nữa chứ, giỏi giang đấy. Con trai mình xách dép chạy theo chẳng kịp. Nhưng linh cảm người mẹ, khấp khởi mừng thầm, câu hỏi bột phát bật ra:

- Hay là, nếu chị không chê thằng Sâm chân nâng thành thị, không ngại gia đình bần hàn thế vầy, thì...

- Mẹ, anh Sâm đã nói gì với con đâu? - Bình cũng buột miệng, gọi mẹ xưng con ngọt thỉu, khiến cô xấu hổ, đỏ bừng cả mặt.

Thực ra, bài thơ Sâm viết trên giấy pơ-luya xanh, để tặng B. cũng đã thay lời tỏ tình rồi. Chính vì thế, Bình mới cất công đi tìm Sâm và lên thăm gia đình làng đồi. Người đâu mà kín tiếng thế không biết, lại còn thói "ghen ngược" nữa chứ. Nghĩ vậy mà suýt nữa thì Bình phá lên cười.

- Sâm chưa nói, chắc là cám cảnh thân phận, - bà cụ giảng giải, - thế thì mẹ hỏi cũng được chứ sao? Nó biết nghe lời mẹ đấy. Khi xưa, hồi còn mồ ma bố nó, ông cũng biết mấy cái chữ Nho và xem tướng số. Ông bảo vầy chứ, thằng bé có hai cái hoa tay tròn xoe cả hai ngón áp út, tức ngón đeo nhẫn ấy mà.

- Thế là sao ạ? - Bình lại buột miệng hỏi, đàn bà con gái, nói đến chuyện bói toán là bị cuốn hút ngay.

- Thấy bảo là cũng hiếm gặp, mệnh kim, có

khiếu văn chương, hậu vận giàu có, nhưng tính trầm buồn, mà biết thương người. - Bà cụ thở dài, nửa buồn nửa vui, - nhưng mà vẫn long đong lận đận.

Nghe tin "vợ chưa cưới của anh Sâm" đánh xe "đít vịt" lên chơi, cả làng đồi xôn xao hẳn lên. Từ ông già bà cả cho đến con trẻ kéo nhau đến nườm nượp, khiến Bình dở khóc dở cười.

Đêm sáng trăng, nhưng do nhà có khách, bà cụ vẫn thắp thêm ngọn đèn hoa kì. Anh em, hàng xóm bắc chõng tre, trải chiếu manh ra sân, trò chuyện bên ấm chè xanh và mấy túi bánh kẹo mà Bình mang lên làm quà.

- Nom cũng cứng tuổi rồi, chẳng biết còn đẻ đái gì được nữa hay không? - ông chú buông xõng một câu.

- Dân thành thị, ăn trắng mặc trơn, hơn đứt chị em mình, - bà thím liếc nhìn hàng dây vải xô, đồ phụ nữ thường giặt phơi trong những ngày kinh nguyệt, mà Bình cố ý phơi ở chái nhà, rồi tủm tỉm cười, - cô này cũng biết bày mẹo đấy, rồi con cái sẽ đuề huề, các ông các bà lo quà mừng cháu đi là vừa. Chẳng nói đâu xa, ngay trong động người Dao Quần Trắng, có cụ ngoài sáu mươi còn sinh con được nữa là...

- Cái thằng này có chí, tưởng ế vợ, ai ngờ "tẩm ngẩm tầm ngầm mà đấm chết voi"...

Những lời bàn tán của ông chú, bà thím vô tình lọt vào tai Bình, lúc cô đang chất củi nấu nước trong bếp, khiến cô vừa mừng lại vừa lo.

Trên đường làng, đám trẻ con vừa chí chóe giành giật bánh, kẹo, vừa hát đồng dao:

Dung dăng dung dẻ

Đánh xe đi chơi

Đến nẻo làng đồi

Lại ngồi nấu bếp

Chồng chửa đi hỏi

Đã về làm dâu…

- Con nhà nào, láo toét? - ông chú chạy ra quát tháo nhặng xị. Bọn trẻ chạy tán loạn về các ngõ. Bình nghe mà ứa nước mắt, tái tê cõi lòng.

18.

Thị xã đã nâng cấp lên thành phố loại ba, mặc dù còn nợ một số tiêu chí. Khu đất nghĩa trang xưa, nay xây dựng siêu thị. Nghe tin, Sâm tá hỏa chạy về, đòi lại mảnh đất cuả mình.

- Đất này, ngày xưa, cắm cho văn nghệ sĩ. Thế là địa phương ưu đãi lắm rồi. Nhưng nó rộng hàng trăm mét vuông, trong khi đó, bao nhiêu người chưa có đất làm nhà. Mình phải chia sẻ khó khăn chung, cắt ra một nửa. Có tình, thành chỉ cắm mỗi xuất ba mươi hai mét vuông thôi, - Giám đốc Sở Tài nguyên-Môi trường giải thích.

- Sao lại thế được? - Sâm sôi máu, - nếu anh có một trăm triệu đồng, tôi chẳng có xu nào, liệu anh có cắt cho tôi năm mươi triệu đồng không?

Nghe vậy, Giám đốc giật mình, nhưng lanh trí, biến báo:

- Không so sánh như vậy được. Việc này đã có nghị quyết của tỉnh rồi, chỉ thực hiện, miễn bàn. Anh sẽ được cắm khu đất mới, vị trí tương xứng, nhưng chỉ có một nửa thôi đấy.

- Tôi muốn một trăm mét vuông, như cũ, - Sâm nổi xung.

- Muốn thêm bao nhiêu cũng được, nhưng phải mua giá đấu thầu, - tay giám đốc cũng dứt khoát.

- Vậy, khác nào ăn cướp, - Sâm gầm lên.

Không phải chỉ có Sâm bất bình, mà tất cả những người bị cướp đất đều nổi giận. Sâm viết đơn kiến nghị lên tỉnh, nhưng không được trả lời.

Khi chủ đầu tư san ủi mặt bằng, chuẩn bị thi công công trình, tức là hợp thức hóa quyền sở hữu, thì dân chúng kéo ra cản phá. Sâm viết vội lên tờ giấy A4, dòng khẩu hiệu: "Phản đối cướp đất". Dân chúng làm theo. Khẩu hiệu trưng lên, nom như đàn bướm khổng lồ, vây quanh máy ủi. Tiếng hô khẩu hiệu rầm rầm. Cảnh sát cơ động mang lá chắn, dùi cui đến đàn áp. Cuộc hỗn chiến diễn ra, tiếng động cơ, tiếng hô hoán, tiếng còi, tiếng súng bắn đạn hơi cay, náo loạn cả khu phố. Kết cục, phe chính quyền thắng, phe dân thua.

Sâm cay đắng, nhái bài thơ "Nam quốc sơn hà":

Sông núi Việt Nam, Cộng sản ở

Rành rành Hiến pháp định điều Tư

Cớ sao trí thức dám phản biện

Chúng bay sẽ bị đánh tơi bời.

*

Sâm viết bài *Vụ cướp đất xây siêu thị*, đăng lên blog, nhưng bị chặn lại. Chính quyền thành phố gọi lên, tra vấn.

- Anh vu cho lực lượng chức năng là cướp, như thế không chỉ xúc phạm đến ngành, mà còn gây ảnh hưởng xấu đến đảng bộ, chính quyền địa phương, -

tay cán bộ trẻ măng, lên giọng uy quyền.

- Vụ việc cướp đất nghĩa trang cũ vừa xảy ra, đối chiếu với Bộ luật Hình sự, thì đúng tội cướp tài sản, - Sâm tỏ ra bình tĩnh diễn giải, - tình tiết tăng nặng là có tổ chức, có chỉ đạo, có vũ khí, gây hậu quả nghiêm trọng.

- Đây là vụ cưỡng chế, đối với những đối tượng cố tình gây rối trật tự công cộng, cản trở người thi hành công vụ, - tay cán bộ giở giọng truy chụp.

- Đất của dân, nếu doanh nghiệp muốn lấy thì phải mua bán thỏa thuận và sòng phẳng giữa hai bên, chính quyền chỉ làm trọng tài và can thiệp, nếu cần, - Sâm phân tích cho tay cán bộ hiểu về mối quan hệ dân sự, - đằng này, nhờ chính quyền "cưỡng chế", - từ "cưỡng chế", Sâm đai giọng ra, có ý giễu cợt, - để được giá rẻ như cho không, rồi chia chác lợi ích với nhau, còn dân chịu thiệt. Tôi hỏi, nếu gia đình anh cũng lâm vào hoàn cảnh như chúng tôi, anh nghĩ gì?

- Anh chỉ có quyền trả lời, không có quyền hỏi, - tay cán bộ lúng túng, giở giọng cả vú lấp miệng em.

- Tôi đấu tranh đòi quyền lợi chính đáng và ôn hòa, hợp pháp, chứ có phải bị can, bị cáo, hay phạm nhân đâu mà không được hỏi, - Sâm vặc lại.

Tay cán bộ gấp hồ sơ lại và ngoắc tay ra hiệu cho lực lượng bảo vệ dẫn Sâm đi.

Sâm nặng nề lê bước, còn nghe vẳng sau lưng, tiếng tay cán bộ chửi đổng: "Cái đồ tâm thần chính trị".

Chính quyền thích dùng mĩ từ "cưỡng chế", thay cho "cướp tài sản". Có cái gì đó không minh triết. Đảng Cộng sản sợ minh triết. Chính quyền độc tài không dám minh bạch. Nhiều vấn đề xã hội bị bưng bít, trái với quy định về Quyền được cung cấp thông tin. Nhưng internet đang chĩa hàng triệu mũi khoan, khoét thủng bức màn sắt, che chắn cái chế độ phản động thối nát chưa từng có, qua mọi thời đại trong lịch sử nước nhà.

*

Bằng uy tín của người từng làm trong Ban Tư vấn Thủ tướng, mà dân chúng nghiễm nhiên nâng lên thành "Trợ lí Thủ tướng", nên Bình làm được chế độ nghỉ hưu cho Sâm, thậm chí, truy lĩnh cả số tiền lương trước đó ở tạp chí Thơ Ca. Tất nhiên, Sâm cũng phải viết bản kiểm điểm, về chuyện tự ý bỏ việc cơ quan, nhưng thay bằng mĩ từ "vắng mặt lâu ngày, không báo cáo thường xuyên lí do cụ thể". Câu nói chiếu lệ với Phó Tổng biên tập phụ trách tạp chí và Thư kí tòa soạn: "Tôi đi đằng này có tí việc", đã cứu Sâm một bàn thua trông thấy. Đó là báo cáo lí do vắng mặt. Tại sao bấy lâu nay, cơ quan không thông báo gọi biên tập viên về làm việc? Danh sách nhân viên chưa bị xóa, lương vẫn rót về, vậy ai lĩnh? Một khi, đục đến chạm, chạm đến khăng, thế là tạp chí phải hoàn lại tiền lương và Sâm được hưởng chế độ hưu trí như ai. Thực ra, Biên cũng muốn giải quyết vụ việc cho êm đẹp và chóng vánh, kẻo lộ ra thì mất chân Tổng Biên tập đã đưa vào diện quy hoạch rồi.

Sâm ra Hồ Gươm, ngồi lại ghế đá năm xưa. Hình như cái ghế này có chứa năng lượng siêu nhiên. Mỗi khi ngồi, Sâm cảm thấy có luồng điện chạy khắp cơ thể, cảm giác phiêu bồng, một đoàn kim đồng, ngọc nữ vừa diễu hành, vừa cất tiếng hát vang: "Hoàng Sa-Việt Nam! Trường Sa-Việt Nam!".

- A-lô, đàn kiến đang bu quanh gốc đa.

Có ai đó ngồi phịch cạnh chàng và bật máy điện thoại di động. Năng lượng ghế tan biến, khiến Sâm trở lại thực tại. Trên phố có tiếng hò reo náo nhiệt khác thường, chàng ngoái lại. Trời đất, biểu tình đông đông là. Chưa bao giờ Sâm thấy biểu tình công khai chống Trung Cộng xâm lược, đòi chủ quyền biển đảo đông như vậy. Dòng thác người giương cao biểu ngữ, hô vang khẩu hiệu cuồn cuộn đổ về, vây quanh khu vực Tượng đài Lý Thái Tổ. Sâm nhanh chân nhập cuộc. Nghe nói, nguyên mẫu pho tượng này lại là Tào Tháo, xứ Tàu, khiến lòng Sâm xót xa như bị xát muối. Biểu tình, một trải nghiệm mới mẻ, Sâm cảm thấy vừa sờ sợ vừa sung sướng; sợ vì Quốc hội chưa ban hành Luật Biểu tình, sung sướng bởi được hưởng quyền lợi thiêng liêng của loài người văn mình, đã được ghi trong Hiến pháp, tự do bày tỏ chính kiến trước những vấn đề đại sự quốc gia.

Thời gian này, Trung Cộng liên tục khiêu khích, phá phách ngoài biển Đông, thuộc chủ quyền Việt Nam, nào là cắt cáp tàu thăm dò dầu khí, rồi thì đưa giàn khoan khổng lồ vào hạ đặt trái phép. Việt Nam càng nhân nhượng, Trung Cộng càng lấn tới. Việc nhân nhượng là của Đảng, Chính phủ, hòng tạo sự ổn định, để duy trì độc quyền lãnh đạo. Bởi vậy, sự nhân nhượng đó, không còn là sách lược tạm thời, mà biểu hiện một sự thỏa thuận ngầm, đổi biển đảo lấy quyền lực. Vận nước lâm nguy đã cận kề, lòng dân sôi sục chống ngoại xâm, nên biểu tình chống giặc là lẽ đương nhiên.

Chính quyền sợ mù quá hóa mưa, từ biểu tình chống Trung Cộng chuyển thành "cách mạng màu" như Đông Âu và Trung Đông, thì ôi thôi, chế độ cộng sản tan thành mây khói. Bởi thế cho nên, cả hệ thống chính trị được huy động vào cuộc ngăn chặn biểu tình. Lực lượng đàn áp xông vào bắt những người biểu tình ôn hòa, tống lên xe buýt, chở vào trại phục hồi nhân phẩm. Người biểu tình biểu thị lòng yêu nước bỗng chốc trở thành hạng người mất nhân phẩm. Chính quyền hành xử như vậy, khác gì đổ thêm dầu vào lửa, lòng dân càng sôi sục căm hờn cả giặc ngoại xâm lẫn nội xâm.

*

Vợ chồng Sâm-Bình lên làng đồi, thăm mẹ và có ý sẽ đón bà cụ về Thủ đô để tiện bề chăm sóc, dưỡng già. Nhưng bà cụ giao hẹn, chỉ chơi dăm ba bữa, thăm Lăng bác Hồ, rồi nhất quyết trở về quê. Bà cụ phàn nàn, từ khi bác mất, cấm có tết nào được nghe thơ chúc nữa. Bà cụ biết, làng trên xóm dưới cũng có người theo con cháu ra chốn thị thành, nhưng khác gì tù giam lỏng. Con cái đi làm cả ngày, cháu chắt đến trường học bán trú. Ông bố bà mẹ quanh quẩn trong nhà. Chúng khóa trái cửa lại, vừa phòng trộm cắp, lại lo xa, ngộ nhỡ các cụ ra đường phố bị lạc thì tìm làm sao? Tuy ở nhà con cháu nhưng lại lâm vào cảnh ăn nhờ ở đậu, rõ chán. Thế là, nhiều cụ khăn gói quả mướp trở về quê hương bản quán, dựng tạm túp lều che nắng che mưa, cám cảnh vô cùng. Gương tày liếp đấy chứ đâu mà còn phải bòn tở cái nỗi gì?

Từ khi Liên Xô sụp đổ, bức màn sắt dần hé mở,

khiến nhiều người ngộ ra sự thật phũ phàng mà cộng sản đã giáng xuống đầu Dân tộc. Nhưng đa số, nhất là vùng nông thôn, dân trí thấp, trong đó có mẹ mình, vẫn không hay biết Đảng và bác Hồ là thủ phạm cướp chính quyền của Quốc gia từ tay Vua Bảo Đại và Thủ tướng Trần Trọng Kim, thế chân Cộng sản vào, rồi lại gây ra nghịch cảnh phân chia đất nước thành hai miền, để lấy miền Bắc làm chỗ dung thân; đồng thời, tiến hành Cải cách ruộng đất tắm máu địa chủ và trí thức nông thôn, đánh vụ Nhân văn Giai phẩm để dằn mặt văn nghệ sĩ, trí thức; rồi với chiêu bài "Giải phóng miền Nam", để thôn tính Việt Nam cộng hòa, bằng núi xương sông máu... Tất cả đều có bàn tay vấy máu của Trung Cộng giật dây, nguy cơ trở thành khu tự trị của Tàu đang hiển hiện. Sâm cay đắng lo cho số phận Dân tộc Việt Nam, trong đó có Thủ đô đang tá túc, với làng đồi là quê hương thứ hai, và mẹ già là "Tổ quốc" của mình...

Từ chuyến lên thăm lần trước, Bình đã thấy vườn, nương nhà Sâm đều nằm trong vùng đất bazan, lại cạnh suối, rất thuận lợi cho việc trồng cây ăn quả, loại có múi như cam và bưởi. Cam thì phải có nhân công chăm bón và bảo quản sau thu hoạch. Còn bưởi thì dễ chăm bón hơn và sau khi hái, bỏ lăn lóc góc nhà cho vỏ beo dúm lại cũng ngon. Vậy thì nên trồng bưởi. Trước đây chỉ trồng sắn, khoai sợ, theo kiểu tự cung tự cấp lương thực mà thôi.

- Nhà nào chẳng có cây bưởi, gốc cam, trồng cả đồi thì bán cho ai? - Bà cụ tỏ vẻ không mặn mà.

- Phải nhân giống loại bưởi sai quả, múi ngon, vỏ đẹp mã, dễ bán đi các tỉnh thành khác mẹ ạ, thậm chí, có thể vận động cả làng cùng trồng, rồi xuất khẩu ra nước ngoài. - Bình cố gắng thuyết phục, - từng làm ở phòng Công Thương Việt Nam, con biết nhiều mối giao dịch, quan hệ làm ăn buôn bán, mẹ ạ.

- Mẹ cũng già rồi, mắt mờ chân chậm, lại ở xó rừng góc đồi cả đời, nên cũng nhiễm thói "bóc ngắn cắn dài", - bà cụ ca cẩm, - việc này, tùy như ở anh chị.

Nghe vậy, Bình sợ hãi đưa mắt nhìn Sâm, hình như bà cụ mếch lòng, vì đụng vào nếp nghĩ "an phận thủ thường" bấy lâu nay của dân quê.

- Bình nói phải đấy, mẹ ạ, - Sâm hùn vào, - con đi nhiều nơi, thấy họ làm rồi, vừa nhàn hạ lại vừa hái ra tiền. Trên chỗ ngã ba sông Lô-Gâm, nhờ trồng bưởi Diễn mà xóm nào cũng xây nhà tường gạch, mái bằng bê-tông, xã miền núi mà sắm được mấy trăm cái xe ô-tô, nông dân cũng biết "vặn lái". - Sâm nhái từ "vặn lái", khiến mấy mẹ con cùng cười vui vẻ.

- Thì cơ ngơi này, rồi cũng như ở trong tay anh, - bà cụ rẽ ràng, - "khéo làm thì no, khéo co thì ấm", phải không chị, - bà cụ quay sang Bình, xởi lởi.

Nghe vậy, Bình nghĩ, không biết vô tình hay hữu ý, mà bà cụ nói câu, "cơ ngơi này ở trong tay anh", tức là của Sâm, chứ không nói đến từ "anh chị", tức cả hai vợ chồng Sâm-Bình, như câu "tùy anh chị" lúc nãy nữa. Ở thành phố lâu năm, Bình hiểu, có ông bố bà mẹ lúc cưới dâu về, phơ lên tuyên bố, "cơ ngơi nhà cửa này là của các con", không bao lâu sau, chúng li hôn, đương nhiên cô con dâu được chia nửa nhà. Bố mẹ chồng và con trai ngậm bồ hòn làm ngọt, đến lúc này mới đi nghiên cứu Bộ luật Dân sự thì đã muộn. Nhưng ở đây, có lẽ, bà cụ vô tình thôi, nghĩ quẩn phải tội. Vả lại, mình cũng chẳng màng chuyện đất cát ở cái xứ này mà làm gì.

Bà cụ thì nghĩ, không ngờ con trai kiếm được nàng dâu đảm đang, tháo vát, biết lo liệu tính toán rành rẽ mọi đường. "Một người lo bằng kho người làm". Nó từng làm "Cố vấn cho Thủ tướng" kia mà. Thủ tướng thì ngang Tể tướng thời xưa, dưới một người, trên muôn người. Có khi, ngang quan đại thần chứ đâu phải chuyện bỡn, âu cũng là phúc dày tổ tiên để lại. Có khi, vong hồn bố thằng Sâm phù hộ cũng nên. Trước khi chết, ông ấy còn lạy cụ Hồ kia mà. Nhưng nói gần nói xa chẳng qua nói thật, "giấy rách giữ lấy lề", mình đàn bà đàn bụi, nhà quê lại thất học, nhưng vẫn phải giữ cái thế của mình, không để vợ nó quyền sinh quyền sát, rồi ra, "rế cao hơn nồi" thì hỏng. Nửa đời người, một mình nuôi con khôn lớn, chịu bao đắng cay tủi nhục, bà hiểu cái nhẽ nó phải thế.

*

Bình nghe tin thửa đất điền thổ của Sâm trên thành phố thượng du có nguy cơ mất một nửa, liền phóng xe lên, hỏi cho rõ ngọn ngành. Lãnh đạo tỉnh tá hỏa, không ngờ bà Trợ lí Thủ tướng với cái thằng nhà thơ tỉnh lẻ, lại có mối quan hệ sâu nặng đến vậy, bèn tức khắc cấp cho thửa khác, đủ một trăm mét, vị trí số một, đường số một, mà không phải nộp thêm tiền nong gì sất cả. Nhưng ý Bình muốn đòi sự công bằng cho tất cả các hộ dân bị giải tỏa. Cô nói rõ, Ban Tư vấn của Thủ tướng đã bị giải thể rồi, Viện ISS cũng đã chấm dứt hoạt động, nhưng cô vẫn tiếp tục phấn đấu góp phần xây dựng xã hội công bằng, dân chủ, văn minh theo đúng pháp luật, chứ không phải "mượn oai hùm" để trục lợi cá nhân. Tuy nhiên, tỉnh đã giải quyết đúng chính sách đền bù, giải tỏa một trường hợp cũng là quý hóa. Nếu giải quyết đúng và đủ cho tất cả các trường hợp thì khó quá, lãnh đạo tỉnh nhìn nhau, tìm kế hoãn binh, bảo là, xin chỉ đạo của "Trên". Bình hiểu, bọn này toa rập với doanh nghiệp sân sau để cướp đất của dân, chia chác lợi ích rồi. Hẳn là trên Trung ương cũng có người hậu thuẫn. Cô thở dài, bất lực, cảm thấy hổ thẹn với lương tâm. Thời còn công tác trong Ban Nghiên cứu của Thủ tướng, có lần, ông Sáu Dân phân trần, ý kiến các anh chị đề xuất đều đúng cả, nhưng chưa thể thực hiện ngay được, phải chờ, bởi xứ mình "cõng nhau mà đi", nên chậm chạp lắm. Nghe nói, Thủ tướng cộng sản tại vị lâu năm nhất cũng từng phải la lên vì bất lực, gọi ba cái vụ lình xình đó là "xe bò bánh vuông", giục mấy hắn cũng lì ra, không thể nhúc nhích nổi.

Bây giờ, Đảng suy thoái, không đủ tầm lãnh đạo rộng khắp và sâu sát cơ sở được nữa, nên các nhóm lợi ích nổi lên cát cứ, khiến xã hội rối ren, nhân tâm li tán, đất nước nát bấy, không có cách gì khắc phục nổi nữa rồi. Nếu không cẩn thận, Trung Cộng thừa cơ "đục nước béo cò", cướp nước ta như bỡn. Bởi vậy, các nhà trí thức lớn đã mạnh dạn đề xuất, Đảng hãy xin lỗi nhân dân và tự giải thể, để dân lựa chọn con đường phát triển và bảo vệ đất nước. Bình nghe cũng cảm thấy sốc nặng.

*

Bình hăm hở trở về, toan báo tin mừng cho Sâm, về thửa đất bị giải tỏa trên thành phố thượng du đã đòi lại rồi. Cô tưởng tượng, chàng sẽ nhảy quó lên, hoặc sẽ bế thốc mình, quay một vòng, chẳng hạn.

Nhưng về đến cổng, mà không nhận ra nhà mình nữa. Kẻ nào đã trét đầy phân bẩn và dầu máy thải lên hai cánh cổng. Trên tường rào, sơn phun loang lổ những từ ngữ tục tĩu bậy bạ, khiến cô bàng hoàng. Hàng phố cho biết, Sâm đã bị bắt đưa vào Trung tâm phục hồi nhân phẩm, khi tham gia biểu tình phản đối Trung Cộng xâm phạm biển đảo. Cô vội phi xe đến nơi, thì được lực lượng chức năng trả lời, các đối tượng gây rối trật tự công cộng đã được phân loại. Sâm bị chuyển vào bệnh viện Tâm thần Trung ương.

Bình rụng rời chân tay, cố lết ra xe và gục trên vành lái khóc nức nở, hình ảnh Đa và Sâm nhạt nhòa hiện lên trong nỗi đắng cay. Hồi lâu, cô với chai nước lọc, uống một hơi, tinh thần thư thái trở lại. Chuyện này, hẳn bọn họ đã dụng mưu tính kế, "gắp lửa bỏ tay người", nên không thể nóng vội được, mình làm tới, có khi chúng kiếm cớ bắt cả mình vào trại tâm thần cũng không biết chừng. Thôi, bây giờ phải về nhà, xem "Mặt Trời Bé con" thế nào đã, khi mấy ngày bố mẹ vắng nhà. May mà kiếm được cô ô-sin giúp việc cũng hiền lành, gọn gàng và chu đáo, tin cậy được, nên cho "hưởng lương chuyên viên".

19.

Từ khi "Mặt Trời Bé con" ra đời, căn nhà đầm ấm và rộn ràng hẳn lên, cũng có lúc bé con gây ra sự bận rộn và mệt mỏi, nhưng lại làm tăng thêm phần hạnh phúc của cuộc đời. Lên tuổi bà rồi, Bình mới chăm sóc con thơ, nên nhiều lúc lúng túng, vụng về, lo nghĩ thái quá là điều không tránh khỏi. Các cụ xưa truyền dạy, "cha già con cọc". Cả hai vợ chồng cô đều ý thức được điều đó, nên tích cực chăm sóc từ lúc mang thai. Bà cụ lo nhất lúc cô sinh nở, "người chửa cửa mả", nhưng cô có bạn thân công tác tại bệnh viện phụ sản, nên chọn phương pháp mổ lấy thai là tối ưu, vẫn hưởng trọn vẹn hạnh phúc mẹ tròn con vuông. Bây giờ, nhiều người còn chọn giờ sinh, để "đẻ" theo phương pháp này, mong ước con cái, mai ngày, khô đầu khô sọ trở thành "ông nọ bà kia"...

Bé con đầu hơi to, khiến cả hai vợ chồng lo lắng, sợ con bị "bệnh đầu to", nhưng đưa đi khám, bác sĩ bảo không phải hiện tượng "não úng thủy". Cả nhà mừng húm. Sâm khôi hài, đầu to, rồi sẽ làm việc trí óc. Ngày xưa, các cụ quan niệm, trí thức là người lao động bằng trí óc, chưa tính có tinh thần phản biện hay không. Nhưng bé con đã biết cãi giả, mỗi khi không hài lòng là khóc toáng lên. Xem ti-vi là sán vào gần màn hình, bế ra xa, thừa lúc mọi người không để ý là lại lê vào chỗ cũ. Nhưng rất may, bé con biết nói trước khi biết đi. Người ta đã nghiên cứu và chỉ ra rằng, bé nào biết nói trước thì lớn lên thường làm chỉ huy, nhà trí thức. Bé nào biết đi trước, lớn lên sẽ chăm chỉ lao động chân tay. Kẻ lao động chân tay, chịu sự chỉ huy của người lao động trí óc. Ồ, thế thì trái quan điểm chính thống rồi. Chủ nghĩa Mác-Lenin, coi công- nông là quân chủ lực, lãnh đạo cách mạng. Một thứ quan điểm mị dân để tập hợp lực lượng, cần đám đông áp đảo những khi cần cướp chính quyền, đóng thuế, bầu cử và bây giờ hình thành các ổ nhóm Dư luận viên đông như quân Nguyên, để tấn công các ý kiến tiến bộ phản biện trên mạng xã hội...

Đôi khi, Sâm cũng tỏ ra hùng biện, khiến Bình bất ngờ. Sống gần nhau bấy nhiêu năm, mà có nhiều điều cô chưa biết hết, chàng là một mỏ quặng, phần chìm sâu dưới lòng đất chắc còn "giàu" hơn.

Tủ đồ chơi của Bé con xếp đầy các khối xếp hình, rô-bốt, ô-tô và máy bay bằng nhựa. Bé con có thể ngồi hàng giờ, tỉ mẩn xếp hình, ghép khối, rồi lại xếp chồng ô tô nối đuôi nhau như đoàn tàu hỏa, gọi là "xe chở con". Một bận, bé con bất ngờ hỏi Bình:

- Mẹ ơi, trong đầu mẹ có dây điện không?

- Không, - Bình phân vân hỏi lại, - tại sao Bé con lại hỏi như thế?

- Không có dây điện, sao mẹ đi được? - Bé con nhíu mày suy nghĩ, vầng trán thanh tú lấp xấp mồ hôi.

Nghe vậy, Bình phá lên cười, vừa quệt khóe mắt, vừa tìm cách diễn giải nôm na cho bé con có thể hiểu được, giữa người và rô-bốt khác nhau như thế nào.

Thế là Bé con đã biết liên hệ và tìm tòi, trò chơi luôn đổi thay chứ không lặp lại, bước đầu biết khám phá thế giới xung quanh. Bình thấy con thông minh, lanh lẹn, thì hãnh diện, tự hào, nhưng không dám khoe với ai. Cô bàn với chồng, cho Bé con học thêm tiếng Anh và toán tư duy của Mỹ. Chỉ một thời gian ngắn, thầy giáo đã thông báo kết quả Test môn tiếng Anh: từ vựng khá, phát âm chuẩn, giao tiếp tự tin. Toán tư duy, tuy học sau các bạn, nay đã theo sát các bạn nhất, nhì lớp.

- Cẩn thận, đầu óc Bé con còn non nớt lắm, nhồi nhét quá mức, cuồng chữ thì hỏng. - Nghĩ về con, Sâm tuy mừng trong lòng, nhưng lại lo lắng ra mặt.

- Anh nói phòng xa vậy hả? - Bình hỏi cho tỏ tường và trấn an, - nhưng Bé con nhà mình cũng biết cách vui chơi, tự giải tỏa Streets, nên cân bằng cuộc sống sinh hoạt. Chịu ăn, mỗi tháng cao thêm một xăng-ti-mét đấy thôi.

- Cố giữ gìn cho Bé con phát triển chiều cao, nhưng đừng để béo sớm. - Sâm cũng quan tâm đến chế độ ăn uống của con, - các món cần cho trí não thần kinh cũng phải cân bằng với phát triển thể lực. Ngày xưa, dân mình khổ, thiếu thịt, cá, đường, sữa, nên mỗi khi ốm mà bồi dưỡng cốc sữa nóng pha đường là phục hồi sức khỏe. Thế mới có câu ca: "Cuốc xẻng từ dưới phân lên, đường sữa từ trên phân xuống". Bây giờ thức ăn nhiều, nguy cơ béo phì thật là tai hại.

- Em cũng thường xuyên hỏi các bác sĩ về chế độ ăn uống theo độ tuổi và trao đổi với cô ô sin cách chăm sóc bé con. Anh yên tâm. Mình không dùng cọng đu đủ thổi bé con thành thiên tài, nhưng tạo điều kiện tốt nhất về nuôi và dưỡng, anh ạ.

Bình cảm thấy hạnh phúc dâng trào. Làm mẹ, không có niềm vui nào hơn, khi thấy con ngày một khôn lớn, trưởng thành. Có lẽ, trên thế gian này, không gì vui sướng hơn và cũng không gì cực nhọc hơn là việc nuôi dạy con người, nhất là trẻ em. Đó là chuyến tàu đi tới tương lai huy hoàng nhất. Nuôi trẻ con, trăm sự cần, nhưng có lẽ cần nhất vẫn là đồ ăn thức uống cho mau lớn và kiến thức phong phú để nhanh khôn. Có học, trường đời sẽ dạy cách phản biện để trở thành trí thức, giúp nước, trợ dân. Mai ngày, con được sống trong xã hội tam quyền phân lập, dân chủ, văn minh như Tiến sĩ Phan đã đề xướng, thì thỏa sức cống hiến. Nếu chẳng may, chế độ cộng sản vẫn toàn trị thì số phận người trí thức càng đắng cay, điêu đứng. Người xưa nói, cha mẹ sinh con, trời sinh tính, nhưng nếu xã hội văn minh, sẽ tạo ra một môi trường lí tưởng cho người. Chế độ cộng sản chỉ tạo ra các ông chủ (cán bộ lãnh đạo cha truyền con nối) và nô lệ kiểu mới (dân chúng cần lao, con sãi chùa). Người có học bị lợi dụng và rẻ rúng. Mao từng nói: "Trí thức có giá trị không bằng cục phân trôi sông (vô tích sự). Vì cục phân (trên bờ) còn nuôi được con chó...". Tại sao, một chủ thuyết sai lầm, gây bao tội lỗi cho nhân loại, thế mà nó vẫn sống dai dẳng đến thế nhỉ? Ai cũng tưởng, sau khi thành trì Liên bang Cộng hòa Xã hội chủ nghĩa Xô Viết sụp đổ, hệ thống Xã hội chủ nghĩa tan rã, thì Học thuyết cộng sản của Mác-Lenin cũng sẽ cáo chung trên phạm vi toàn thế giới. Nhưng không, vẫn còn mấy nước Trung Quốc, Việt Nam, Triều Tiên, Cu Ba và còn nảy nòi thêm Venezuela mới lạ? Có lẽ, họ bưng bít thông tin về chủ thuyết và đàn áp khốc liệt những người bất đồng chính kiến, làm cơ may cứu vãn chế độ, và dựng lên thần tượng để tụng ca. Do vậy, họ không tiếc tiền của, phát động phong trào "Học tập và làm theo tấm gương tư tưởng, đạo đức và tác phong Hồ Chí Minh"; "lộng giả thành chân" dựng tượng, xây đền thờ khắp chốn cùng nơi, lôi kéo dân chúng, dẫn dắt vào mê lộ. Người trí thức phải cảnh báo, đó là tuyệt lộ, để thức tỉnh dân chúng. Một khi Nhân dân được giác ngộ, sẽ trở thành lực lượng to lớn, làm lại cuộc cách mạng. Cộng sản sợ nhất là sự minh bạch, bởi vậy, các nhà dân chủ và mạng xã hội là kẻ thù, bị thẳng tay đàn áp dưới mọi hình thức, thủ đoạn tàn độc.

*

- Năm xưa, cũng tại đây, khoa triết chúng mình đến thăm Đa, - Sâm ngậm ngùi, - và Đa đã nêu thắc mắc, Mác dạy, lịch sử loài người là lịch sử đấu tranh giai cấp. Nhưng thực tế, lịch sử nước mình lại là lịch sử bảo vệ lãnh thổ chống phương Bắc xâm lăng, mở mang bờ cõi xâm lăng phương Nam và cải tạo thiên nhiên. Nhớ không? - Sâm nhướng mắt hỏi Bình, cô lặng lẽ gật đầu xác nhận, - nhưng ngoài ra còn phải gây dựng và phát triển văn hóa, khoa học chứ nhỉ?

Bình trân trân nhìn Sâm và nghĩ đến Đa, chẳng lẽ, cả hai người đàn ông trong trái tim cô, lại đều đi qua bệnh viện tâm thần? Liệu rằng, người tâm thần, có lúc tỏ ra rất tỉnh táo và khôn ngoan? Vốn là người phụ nữ cứng rắn và từng trải, với cái đầu lạnh, thế mà trong hoàn cảnh này cũng cảm thấy hoang mang, lo lắng. Nhưng một khi, chàng còn biết bàn đến chuyện giải quyết vấn đề cộng sản, cứu nguy dân tộc thì không thể bị bệnh thần kinh được. Mà trái lại, phải là người rất thông minh, tri thức rộng lớn và khôn ngoan khéo léo thì mới tồn tại được trong chế độ này. Nếu không, việc chưa thành đã bị truy chụp vào tội: "Âm mưu lật đổ chính quyền nhân dân" và tống vào tù. Trường hợp Trần Huỳnh Duy Thức là một bài học đắng cay. Hoặc giả như Sâm đây, không đủ bằng chứng kết tội, thì họ tống vào trại tâm thần, hòng đánh tráo khái niệm, xuyên tạc bản chất vấn đề. Xứ ta, thiên tài bị điên quá ít ỏi, chẳng được phong phú như châu Âu, biết bao người điên sáng giá. Chúng ta chỉ có nhiều nhân tài bất đồng chính kiến bị chỉ trích mà thôi.

Và đây, chàng đang bị hạ nhục, bị bôi nhọ uy tín, danh dự, cách li xã hội bằng cánh cổng bệnh viện tâm thần. Thật là một trò tiểu nhân và độc ác. Nhưng phải cứu chàng ra bằng cách nào? Khiếu nại, kiến nghị ư? Không ăn thua, mà phải bằng chuyên môn khoa học, mời nhóm bác sĩ giỏi, có lương tâm, giám định tâm thần khách quan. Bởi, ít ra uy tín của mình cũng có thể thuyết phục được họ. Khi có bằng chứng, bệnh án, kết quả giám định thì mới kiến nghị lên thẳng Thủ tướng, đánh bài ngửa, chứ không van xin. Nếu cần, sẽ tố cáo ra dư luận thế giới, gây áp lực. Tất nhiên chỉ đề phòng thế thôi, nhớ khi xưa, nhà thơ Hoàng Cầm bị cầm tù, gần đến hạn trả tự do, thì dư luận quốc tế lên tiếng. Thế là, ông Lành ra lệnh bồi thêm hai năm tù nữa, cho thế giới biết tay... Thật là "chẳng cái dại nào giống cái dại nào". Áp lực quốc tế là con dao hai lưỡi, vận dụng không khéo sẽ bị đứt tay.

- Anh muốn hôm nào rảnh, chúng mình đưa Bé con lên thăm bà nội và xem trang trại, đến mùa thu hái bưởi rồi, - Sâm điềm nhiên bàn chuyện công việc gia đình.

- Nhưng anh còn đang điều trị... - Bình ái ngại hỏi lại.

- Trò hề của bọn tiểu nhân, - Sâm cười mũi.

- À quên, em cho Bé con làm sinh trắc vân tay rồi, kết quả khả quan lắm anh ạ, - Bình đưa cho Sâm xem tập tài liệu Dermatoglyphics (sinh trắc vân tay), dày hơn năm chục trang, in màu trên giấy tốt. - Phân tích khả năng vượt trội trên hai bán cầu não. Vượt trội về kĩ năng số học, khả năng tính toán khoa học, khả năng ngôn ngữ, phân tích logic, chi tiết, lập luận và quan sát. Chỉ số thông minh IQ và chỉ số tình cảm EQ, đều rất cao nhé. Chỉ số sáng tạo CQ, chỉ số vượt khó AQ cũng rất đáng mừng.

- Ồ, hay nhỉ? - Sâm trầm trồ.

- Chuyên gia tư vấn lưu ý về chỉ số phong cách tư duy gần mười phần trăm, tức là Lateral Peacock Whofl, không thích sự lặp lại và nhàm chán, thích lội ngược dòng, cần củng cố phương pháp tiếp nhận thông tin bằng cách tăng cường ghi chép để ghi nhớ. Cô chuyên gia khuyên, về hướng nghiệp vào chức vị chủ tịch, tổng giám đốc, quản trị hệ thống. Nghề có thể chọn luật sư.

- Thế kia à? - Sâm sửng sốt thốt lên.

- Nhưng em muốn hướng Bé con sau này đi vào lĩnh vực toán học. Còn nghề luật sư cũng hay đấy, nhưng em ngại quá. Lo cho con... - Bình nén tiếng thở dài, nhìn xa xăm. Ồ, những dãy phi lao xưa đâu rồi nhỉ. Con chim tha cọng lá phi lao vàng như chiếc kim đan, nay biệt phương nao?

- Chắc em thấy thời gian vừa qua, nhiều luật sư tài ba và tâm huyết dám đối mặt cường quyền, bảo vệ công lí và dân oan, đều bị kiếm có đàn áp, bắt bớ chứ gì? - Sâm tỏ ra đi guốc trong bụng vợ.

Bình lặng lẽ gập đầu và cắn môi suy nghĩ.

Bây giờ, bệnh viện khang trang, xứng đáng điều trị người điên cấp trung ương. Ngoài cổng lớn, đề hẳn dòng chữ to đùng" Bộ Y tế, Bệnh viện Tâm thần Trung ương", chứ không còn dùng từ "tinh thần", để phỉnh phờ người bệnh và thân nhận họ, như xưa nữa. Gọi đúng tên sự vật cũng là một cuộc cách mạng. Bây giờ, ai có thực lực đủ lớn và dũng khí đủ mạnh, để có thể xóa bỏ cụm từ "Xã hội chủ nghĩa", chỉ để lại tên nước là "Cộng hòa Việt Nam" và bỏ các từ "nhân dân" trong tên hiệu các cơ quan: hội đồng nhân dân, tòa án nhân dân, viện kiểm sát nhân dân, công an nhân dân, quân đội nhân dân... Sự thực, "nhân dân" chỉ là lớp người bị trị, bởi Đảng Cộng sản, chứ không phải là chủ nhân ông của đất nước. Nếu không tiếp cận bản chất sự vật, thì tất cả chỉ là trò chơi chính trị và cũng là trò đùa của kẻ cầm quyền mà thôi. Thậm chí, có thể kiến nghị bỏ quách Hội đồng nhân dân, Tòa án nhân dân, Viện kiểm sát nhân dân cấp huyện cho rồi. Nhiều người cũng muốn phế đi, nhưng "bỏ thì thương mà vương thì tội", dù là cái thứ vô tích sự.

*

Sâm ngẫm nghĩ về khái niệm "Quốc gia điên". Quan chức điên cuồng chạy chức đoạt quyền, dân oan điên loạn kéo nhau đi đòi đất bị "cưỡng chế", Trí thức cũng điên đảo đòi dân chủ, văn nghệ sĩ nổi máu điên đòi tự do sáng tác...

Sao người điên thích dùng đồ vật màu đỏ thế nhỉ? Bò tót cũng thế, cứ thấy tấm vải đỏ là xông vào húc lấy húc để. Một rừng cờ đỏ tung bay trên quảng trường thành phố, băng khẩu hiệu đỏ tràn ngập phố phường, hai bên đường, nhà nhà treo cờ đỏ. Tất cả tạo nên khung cảnh hãi hùng, tưởng như hồ máu khổng lồ đang phun ngược ra các dòng sông máu. Theo thuyết phong thủy hiện đại, thì đường phố cũng tương tự như dòng sông vậy.

Quốc gia điên lấy màu máu đỏ làm biểu tượng. Do vậy, không ngừng triển khai đấu tranh giai cấp, thường xuyên liên tục, hết kì này đến cuộc khác. Nạn nhân đổ máu, hoặc chuyển vào nhà tù, hay bệnh viện tâm thần. Nếu có điều gì không hài lòng, lập tức người ta rủa xả nhau: "thằng điên", "con điên", "đồ điên", hoặc "có điên mới làm như vậy", hay là "điên thật rồi", "một lũ điên". Thậm chí, chỉ buông xõng một câu "điên", rồi bỏ đi... Ngày xưa, bệnh viện tâm thần còn gọi là nhà thương điên.

Tôi điên, anh điên, chúng ta điên? Điều đó dễ trả lời, nhiều khi như là một sự khôi hài, tự diễu nhại. Nhưng dân tộc u mê, đất nước dại khờ thì đã rõ như ban ngày, nhưng không mấy ai dám nói đến. Nếu khôn ngoan và tinh táo, thì đã không bị dẫn dắt vào đường cùng ngõ cụt Xã hội chủ nghĩa. Đến nỗi, thành trì Liên Xô và cả phe Xã hội chủ nghĩa đã sụp đổ, nhưng đảng cầm quyền vẫn kiên trì con đường đó, thế mà dân nước vẫn theo cùng.

Thậm chí, những trí thức dũng cảm và trí tuệ, vạch rõ sai lầm thì lại đồng thanh lên tiếng phản đối, quy chụp cho cái mũ phản động để loại trừ. Bởi thế, "khai dân trí" càng quan trọng hơn bao giờ hết. Đó là sự khởi thủy của mọi tư tưởng tiến bộ, tạo dựng xã hội văn minh.

*

Nhớ khi xưa, hồi còn mồ ma bố, Sâm đã hỏi về nguồn cơn nỗi khổ đau, có phải do đế quốc, thực dân, phong kiến gây ra hay không? Bây giờ, qua bao năm tháng tích lũy và phân tích tri thức trên đường đời, Sâm có thể tự lí giải, xã hội nào mông muội, đều có thể gây khổ đau cho dân lành. Chế độ tư bản hoang dã, "thấm máu dân cần lao trong từng lỗ chân lông của nó". Nhưng rồi nó tự lột xác, nhờ có đa nguyên, đa đảng và tam quyền phân lập, mà xây dựng nên lâu đài tự do, bình đẳng, bác ái cho đại đa số các tầng lớp nhân dân. Chế độ cộng sản, bước đầu là xã hội Xã hội chủ nghĩa, (khi xưa còn gọi là xã hội Dân sinh chủ nghĩa). Chế độ do Đảng Cộng sản độc quyền lãnh đạo, đặt lợi ích của Đảng lên trên Quốc gia, Dân tộc. Bộ Chính trị của Đảng, ngồi trên Hiến pháp, pháp luật và chỉ đạo cả Quốc hội. Do vậy, một Nhà nước luôn giương cao khẩu hiệu của dân, do dân, vì dân, nhưng thực tế cho hay, nhà nước đó là của Đảng, do Đảng và vì Đảng. Đạt Lai Lạt Ma từng tổng kết: "Cộng sản sinh ra từ nghèo đói và dốt nát, lớn lên bằng dối trá và bạo lực và sẽ chết đi trong sự khinh bỉ và nguyền rủa của nhân loại".

Giá trị của Tự do là hòn đá thử vàng. Ai đó đã nói rằng, Tự do, khiến cho chủ nghĩa tư bản phát triển phồn thịnh, nhưng Tự do cũng sẽ làm cho chủ nghĩa xã hội sụp đổ.

20.

Hai vợ chồng Sâm-Bình đang bàn mưu tính kế để giải thoát khỏi Bệnh viện Tâm thần Trung ương, thì chợt có tin nhắn qua điện thoại di động, Bình liếc qua, sững sờ báo tin với Sâm:

- Giáo sư Hoàng từ trần!

Cả hai chạy vội lên gặp bác sĩ trưởng khoa, xin về dự tang lễ.

- Về nguyên tắc, bệnh nhân tâm thần, dù có khỏe vật nổi voi cũng không thể cho về dự đám tang. Chỗ đó, dễ kích động tinh thần, - bác sĩ lắc đầu nhìn hai vợ chồng, vẻ ái ngại.

- Nhưng thực ra, anh ấy có bị tâm thần đâu, chẳng qua là tham gia biểu tình chống Trung Cộng xâm phạm biển đảo mà thôi, - Bình cố thuyết phục.

- Tôi biết chị mà, - bác sĩ hạ giọng, - nhưng anh là bệnh nhân đặc biệt, có người canh chừng. Thông cảm cho tôi nhé! - bác sĩ đưa mắt ra hiệu.

Đến lúc này, cả hai mới để ý thấy mấy tay thanh niên mặc thường phục, cứ ngỡ người nhà bệnh nhân nào đó. Thậm chí, có kẻ còn khoác áo blu trắng như y, bác sĩ, nhưng nom có vẻ vụng về, không được tự nhiên. Bọn họ cứ lảng vảng xung quanh. Đến nước này, thì "giời không chịu đất thì đất phải chịu giời".

- Chú Quang nhắn tin gấp quá, - Sâm phàn nàn.

- Ban nãy, em hỏi lại, chú bảo, sợ chúng mình đang bận việc bệnh viện, nên chỉ báo tin trước giờ đưa tang để biết thôi, - Bình thanh minh giúp Quang.

- Gia đình mình đặt một vòng hoa. Băng tang thì vào tận nơi hãy gài, đề phòng bọn côn đồ giật phá, - Sâm tỏ ra bình tĩnh và mưu mẹo, - như chuyện xảy ra với đám tang Tướng Trần Độ, năm nào. Thật đau xót, năm ngoái, Tiến sĩ Phan Đình Diệu từ trần và Giáo sư Chu Hảo bị khai trừ ra khỏi Đảng. Năm nay, Giáo sư Hoàng rời cõi tạm…

- Đó, Tổng Bạc vừa lên kiêm chức Chủ tịch nước được hai ngày, bèn nã phát đại bác đầu tiên vào trí thức, mà nạn nhân là bác Chu Hảo, một trí thức, một chính khách có ảnh hưởng lớn trong nước và quốc tế. Ác độc đến thế, mà có kẻ tung hô ông ta là "Sĩ phu Bắc Hà", thật hổ danh, - Bình bĩu môi khinh bỉ.

*

Bình đi rồi, vòng vây mật vụ có vẻ xiết chặt hơn. Sâm ngồi trên ghế đá, chắp hai tay sau gáy nhìn trời, những đám mây đen nặng trĩu, báo hiệu một cơn dông. Có tiếng chim lích chích chuyền cành, khiến không gian có dịu đi đôi chút. "Một tiếng chim kêu sáng cả rừng", Sâm nhớ câu thơ của Già Khương, trong sách giáo khoa văn học. Và Sâm nhớ Đa, khi xưa cùng ở chốn này và tiếng chim ngày đó vọng về. Tất cả sự vật hiện tượng đều có mối liên hệ với nhau, "qua hàng nghìn bước quá độ". Bài học môn triết năm xưa lại hiện về; và Đa, la bàn, tạp chí Thơ ca, Viện ISS, bệnh viện tâm thần... Tất cả đồng hiện như một cuốn phim quay chậm:

Trường đoạn một:

(Buổi hỏi cung)

- Anh đã từng chống lệnh cưỡng chế đất đai?

- Đó là lệnh cưỡng chế sai, gọi đúng tên là cướp tài sản.

- Anh đã từng tham gia kí tên danh sách phản đối Dự án khia thác bauxite Tây Nguyên?

- Đó là dự án có hại cho Quốc gia, Dân tộc, chỉ có lợi cho Đảng cầm quyền mà thôi.

- Anh vẫn còn là đảng viên cộng sản nhỉ? Điều lệ Đảng ghi rõ: "Đảng là đại biểu trung thành với lợi ích của giai cấp công nhân, nhân dân lao động và của cả dân tộc".

- Xét cho cùng, Cộng sản bao giờ cũng đối lập với Dân tộc. Cộng sản chiến đấu, vì sự độc quyền cai trị. Vụ cướp đất của tôi vừa qua, chỉ là một chuyện nhỏ. Nhưng nghiên cứu vụ cướp đất ở Thủ Thiêm (Sài Gòn), vụ Đồng Tâm (Hà Nội), thì sẽ rõ bản chất cộng sản của ai, do ai, vì ai?

- Là ai?

- Bốn lăm (1945) cướp chính quyền từ tay chính phủ Đế quốc Việt Nam. Khi có chính quyền rồi thì quay lại cướp ruộng đất địa chủ khi xưa và của nông dân ngày nay. Rồi cướp tiền bạc của các nhà tư sản, tiểu thương và doanh nghiệp; đồng thời, đàn áp văn nghệ sĩ, trí thức có tư tưởng tự do, dân chủ. Tất cả những điều đó chứng minh cộng sản là ai?

- Vừa rồi, anh tham gia vụ gây rối trật tự công

cộng ở Hồ Gươm?

- Đó là cuộc biểu tình chống Trung Cộng, khi chúng xâm phạm trái phép chủ quyền biển đảo Việt Nam. Luật Biểu tình có ghi trong Hiến pháp.

- Nhưng điều đó chưa được luật hóa, nên tham gia biểu tình là gây rối trật tự công cộng.

- Quyền lãnh đạo của Đảng được ghi trong Điều Bốn, Hiến pháp, nhưng đã luật hóa đâu mà Đảng vẫn ngang nhiên hoạt động đấy thôi...

Trường đoạn hai:

(Lễ tang Giáo sư Hoàng)

Sâm nhắm mắt, tĩnh tâm trên ghế đá. Hình như cái ghế này cũng truyền luồng điện chạy qua thân thể, y như cái ghế bên hồ Hoàn Kiếm.

Từ trên cao xanh, hiện lên khung cảnh Nhà tang lễ Quốc gia.

Di ảnh Giáo sư với khuôn mặt gày và đôi mắt tinh anh. Bình lễ mễ mang vòng hoa của gia đình, cùng vô số các vòng hoa của Viện Toán cao cấp, Đại học Bách khoa... Nhưng sao ban tổ chức lại cho người xếp quay mặt vào tường các vòng hoa của Viện ISS, Nhóm 72, Bauxite Việt Nam, Câu lạc bộ những người kháng chiến cũ và Ban vận động Văn đoàn Độc lập... Nhưng kìa, Bình đĩnh đạc bước lên, xoay ngược lại các vòng hoa như hướng ban đầu. Có tiếng thầm thì hoan hỉ. Cô tìm dáo dác ngược xuôi, không thấy vòng hoa viếng của Văn Việt.Info. Hồi lâu, có người mách, cô lập tức xông vào ngách sau nhà tang lễ, lôi ra vòng hoa viếng đã bị kẻ nào đó đạp nát bươm, lập tức mọi người reo ồ lên.

Lời điếu như vọng về từ trời xanh:

Sinh thời, Giáo sư Hoàng, ngoài việc tận tụy với công tác chuyên môn, còn rất quan tâm đến vấn đề xã hội. Bằng thực tiễn hoạt động cách mạng và trải qua quá trình nghiên cứu lí luận chính trị, xã hội trong nước và thế giới, Giáo sư đã chỉ rõ sai lầm và thất bại của chủ trương, đường lối xây dựng Xã hội chủ nghĩa, theo Học thuyết Mác-Lenin. Phản biện là một thuộc tính bẩm sinh của trí thức. Khi vận nước lâm nguy, trí thức cần phải tổ chức các diễn đàn, thức tỉnh dân chúng, giành lại quyền tự do, dân chủ, quyền làm người. Khi xưa, trong cảnh đói rét khốn cùng, nhu cầu tối thiểu và tự nhiên của con người là no, ấm. Nhưng chỉ loài người cao cấp mới hướng tới giá trị của tự do. Làm con người tự do, hay là cam phận bầy cừu ngoan ngoãn?

Đám tang nhộn nhạo, tiếng đế giày dồn dập tiến vào phòng tang lễ.

Vẫn lời điếu:

Giáo sư kiến nghị, trả tự do cho những người khác chính kiến và những người biểu tình chống Trung Cộng xâm phạm biển đảo, đang bị bắt giữ trái phép, dưới mọi hình thức. Kịch tác gia người Anh Sếch-pia (William Shakespeare) đã phản tỉnh: "Tồn tại hay không tồn tại". Triết gia người Pháp Sa-muya (Allbert Samus) từng khẳng định: "Tôi phản kháng là tôi tồn tại". Giáo sư Hoàng của chúng ta tuyên ngôn đầy thiện chí: phản biện để phát triển...

Nghe đến đây, Sâm bật cười ha hả, tưởng như linh hồn Giáo sư cũng đang tranh đấu cho mình vậy.

Lời điếu vẫn thoang thoảng bên tai:

Hãy chấm dứt sự trấn áp và ngăn chặn nhân dân thực hiện quyền tự do, dân chủ theo quy định Hiến pháp. Giáo sư từng khẳng định, khoa học không có tính giai cấp và kêu gọi các nhà trí thức hãy làm cái la bàn, chỉ hướng cho con tàu chế độ xã hội tương lai, chở Dân tộc đau thương và anh dũng của chúng ta, sớm được cập bờ Dân chủ, kết quả Tự do. Dù Viện Nghiên cứu xã hội đã bị bức tử, nhưng tinh thần phản biện xây dựng xã hội phát triển, hội nhập thế giới văn minh sẽ còn mãi mãi...

"Tuýt, tuýt, tuýt...". Tiếng còi hay tiếng loa réo?

Bỗng có tiếng bộ đàm cất lên:

- Số Một báo cáo, hắn đang nổi cơn điên. Hết.

Bị ngoại lực tác động, dòng điện truyền qua ghế đá mất đột ngột. Sâm choàng tỉnh dậy. Chợt thấy hình ảnh "thằng xách tai" ngồi kế bên từ lúc nào. Hắn cầm cái quai điện thoại lên ngắm, màn hình hiện lên cái đầu lâu lủng lẳng, nom gớm chết.

*

Hồi này, trên các trang mạng, "dư luận viên" đang lớn tiếng phản bác bộ sách lịch sử mới; trong đó, đã bỏ từ "Ngụy", và thay bằng chính thể Việt Nam cộng hòa. Từ xưa tới nay, sử sách đã ghi ba triều "ngụy, nhuận". Đó là, Ngụy Hồ, Nhuận Mạc, Ngụy Tây Sơn. Còn thời nay ai mới là "ngụy" đây?

- Ngụy, nghĩa là không chính danh, - Biên trầm ngâm bên li cà-phê vẫn để nguyên.

- Nhưng hơn sáu chục đại biểu, từ khắp ba kì và nước ngoài về hội tụ tại đình Tân Trào, họp Quốc dân đại hội, được coi như Quốc hội đầu tiên và bầu ra Ủy ban Dân tộc giải phóng Việt Nam, do Hồ Chí Minh làm Chủ tịch, tương tự Chính phủ lâm thời, - La diễn giải sự kiện, tỏ ra am hiểu lịch sử giáo khoa.

- Dân ta, từ Nam chí Bắc, có nơi nào bầu cử các đại biểu, thay mặt mình đi dự cái Quốc dân đại hội ở xứ Tuyên, thời ấy đâu? - Biên vặn lại và kết luận, - thế thì làm gì có chính danh mà bầu với bán? Đó, chẳng qua là một nhóm Việt Minh-Cộng sản thôi, không thể đại diện cho dân tộc Việt Nam được. Do vậy, Vua Bảo Đại Tuyên cáo độc lập mới chính đáng, còn sau đó, Hồ Chí Minh tuyên ngôn độc lập là không chính danh, chính phủ lâm thời cũng không hợp pháp. - Nom thấy sắc mặt của La tái dại vì sợ hãi, khiến cho Biên càng hùng hồn hơn, - Xứ ta, trải qua ngàn năm phong kiến, ngót trăm năm thực dân với chế độ thực dân nửa phong kiến và cũng gần thế kỉ cộng sản nổi lên, rồi cai trị; mà chế độ cộng sản cũng là thứ phong kiến kiểu mới. Do vậy, mô hình chế độ Quân chủ lập hiến, như thời Bảo Đại, với Đế quốc Việt Nam, có lẽ là dễ phù hợp hơn. Nhìn Thái Lan đó, cũng hoàn cảnh như mình, không cần chiến tranh, mà nay vẫn độc lập và phát triển. Mình cũng có độc lập rồi, nhưng Hồ Chí Minh cướp lại chính quyền, xóa sạch các luật lệ về tự do, dân chủ của Bảo Đại đã ban hành, để đưa chủ thuyết cộng sản vào chiếm chỗ, nên chiến tranh liên miên, huynh đệ tương tàn, đất nước tụt hậu, khiến dân chúng di tản và làm thuê tứ xứ. À, hay là, thành lập một nước Cộng hòa Việt Nam, cho phù hợp xu thế thời đại, ngay và luôn.

- Xã hội ngày càng tốt đẹp lên, mà anh lại có cái nhìn bi quan đến vậy. Hay là, bị mắc bệnh Hoàn hảo cầu toàn Obsessive Compulsive Disorder (OCD)?

Hoặc là, "Tự diễn biến, Tự chuyển hóa" rồi, - La hai khua tay, vẻ thất vọng.

- Này, anh mày không bị thần kinh nhé, thì OCD cái nỗi gì hả? Vả lại, không phải ai cũng "Tự diễn biến, Tự chuyển hóa" được đâu? - Biên tự tin phản bác và lèo thêm, - hơn nữa, tự diễn biến, tự chuyển hóa là vận động tự thân, hợp quy luật phát triển của xã hội.

- Nói về triết học, phải để tôi, - La tự mãn, chỉ ngực mình.

- Cái thứ triết học kinh viện ấy, chỉ "chài" được nàng Thi đỏm dáng mà thôi, - Biên lật ngửa bài.

- Tôi đến với nàng bằng tiếng gọi của tâm hồn đồng điệu. Thể xác vẫn hoàn toàn độc lập. Chiếm đoạt thể xác là chuyện của bọn phàm phu tục tử, - La nổi giận, mặt đỏ tấy từng vầng.

Lúc đó, Sâm đang lững thững đi bộ quanh Bờ Hồ, nhác thấy David La từ quán cà-phê hùng hổ bước ra và Biên đang ngồi chết lặng bên li cà-phê.

- Ra trại rồi à? - nhác thấy Sâm, Biên hồ hởi, chạy a lại.

Sâm cười cười và nổi hứng đọc thơ:

"Ta về một bóng trên đường lớn

Thơ chẳng ai đề vạt áo phai"...

- Chân dung tự họa của thi sĩ Tô Thùy Yên đó hả? Quả là một nhà thơ thân phận oan khiên, nhưng tâm hồn rộng mở, tầm vóc lớn. Nít-xơ từng nói, mỗi bậc kì tài, có nguy cơ trở thành một tận thế, - Biên hồ hởi phụ họa theo.

Cả hai dạo bước và ngồi lại ghế đá hôm xưa, cùng cảm thấy một luồng điện chạy qua thân thể.

- Có lúc, tớ cũng tham lam và đối xử không tốt với cậu. Tớ tự đánh mất mình và đánh mất tình bạn bấy lâu. - Biên vỗ vai sâm, vẻ hối lỗi. - Thú thật, lúc đó, tớ lo ngại nhất một điều, nếu chế độ sụp đổ, thì sẽ mất lương hưu. Mất lương hưu thì sống bằng gì, trong khi tuổi già sức yếu cận kề? Tuy ai cũng chán ghét chế độ cộng sản lắm rồi, nhưng chưa có diễn đàn dân sự nào đả thông điều đó, nên nhiều người giữ thái độ im lặng nghe ngóng binh tình xem ra sao, kiểu "thủ khẩu như bình" ấy mà. Bây giờ thì tớ hiểu rồi, tấm gương các nước Đông Âu đó. Vả lại, tự do, dân chủ mới là nhu cầu cao nhất của người văn minh. Còn chuyện ăn no mặc ấm là nhu cầu rất cần thiết của con người, nhưng đó mới chỉ là giai đoạn thoát li loài vật mà thôi. Gói gọn mấy câu như vậy, mà phải dằn vặt lao tâm khổ tứ, còn hơn đánh vật.

- Em cũng là người bình thường. Vả lại, em còn biết ơn anh, coi như Thiên sứ đưa đường đến ngôi đền thi ca và về lại Thủ đô, - Sâm cũng chân thành đáp lại.

- Cậu không phải là người bình thường, như vẻ bề ngoài, - Biên nhìn Sâm, vẻ thán phục. - Tuy bị cuộc đời vùi dập phũ phàng, nhưng cậu có nội lực lớn, rất lớn. Không như tay La, chỉ huyếnh lên thôi.

- Chẳng qua là em được gần gũi các nhà trí thức lớn, nên cũng học tập và làm theo được đôi điều, - trong lòng Sâm rộn ràng khi được ngợi khen, nhưng cũng nói câu khiêm tốn.

- Đúng, cậu được các ngôi sao chiếu sáng từ Viện ISS "gần đèn thì rạng". Thế mà tớ vô tình bỏ qua, - Biên tiếc rẻ, - đúng là, "gần mực thì đen", hằng ngày, tớ tiếp xúc với cái hạng David La, phụng sự Tổng Biên tập Thi, nên tri thức và trí tuệ cùn mòn dần. Chao ôi, "núi Thái Sơn ngay trước mặt thế mà không nhìn ra". - Biên thở dài, nói câu thành ngữ quen thuộc, vẻ tiếc nuối.

Mặt hồ xao động, mấy cô công nhân môi trường đang vớt rác. Họ mặc đồng phục màu xanh lá cây và có trang trí những cái đai màu vàng phản quang, đặc trưng nghề nghiệp, lao động suốt cả ngày đêm. Họ thong thả dùng những cái vợt cán dài hớt lá rụng và túi ni-lông nổi bập bều ven hồ, đổ lên xe đẩy. Hình như, họ không để ý đến những người dạo chơi, hay ngồi trên ghế đá, mà chỉ quan tâm đến rều rác và đồ phế thải mà thôi. Nhưng đến bên cạnh chỗ Sâm và Biên tâm sự, họ khẽ nói với nhau: "Cái ghế này là linh nhất hạng". Sâm và Biên nghe vậy, giật mình, nhìn lại cái ghế, rồi lại nhìn nhau, vẻ vui mừng.

- Học sinh mặc đồng phục khác nhau để phân biệt trường lớp, công nhân, nhân viên mặc đồng phục để phân biệt nghề nghiệp. Nhưng trí thức, văn nghệ sĩ thì phân biệt bằng gì? Cặp kính trắng ư? Mái tóc bù xù ư? Xưa rồi.- Biên triết lí, - bây giờ, người trí tthức, hay nghệ sĩ phải được phân biệt bằng tầm cao công trình khoa học, tác phẩm văn học nghệ thuật gây rúng động chế độ Đảng cầm quyền, - Biên quay sang Sâm tìm sự đồng thuận.

- Đã gọi là trí thức thì phải có diễn đàn bày tỏ quan điểm phản biện, tạo nên làn gió mới, cùng dấy lên phong trào phản kháng đòi cải cách dân chủ, cải thiện dân sinh. - Sâm cũng cười cười, quay sang nhìn Biên

- Ôi chao, thế thì khác gì kêu gọi lật đổ chế độ, - Biên nói trắng phớ và nheo mắt nhìn Sâm, thăm dò thái độ. - Lúc đó, tay La sẽ hô hào dân chúng giật đổ tượng đài lãnh tụ Lenin, Hồ Chí Minh và cả Tào

Tháo nữa, - bất giác, Biên và Sâm cùng đau đớn nhìn về phía tượng đài "Lý Thái Tổ"....

- David La là thế ư? - Sâm nghi hoặc.

- "Ai làm bộ thiên thần sẽ là một con vật". Pát-can (Pascal) nói thế đấy nhé, chứ không phải tớ đâu. - Biên cười cười, - tớ thì đi guốc trong bụng hắn, gió chiều nào che chiều ấy thôi. Hắn hay ton hót với Thi về cậu, nhiều lần tớ phải gạt đi. Mặc dù, có lúc tớ cũng xấu tính như vậy. Chính cô Thi cũng thừa biết, Đảng độc quyền và lộng hành, nên hiểu cái sự vô pháp vô thiên, bất chấp phép tắc, kỉ cương, kỉ luật như vậy. Nhưng cô ta háo danh và, nói chung là hèn nhát, sợ đấu tranh, muốn yên vị.

- Chuyện này, em có nghe, cám ơn anh - Sâm nắm bàn tay ấm nóng của Biên, vẻ hàm ơn. - Bất bạo động! - Sâm cao giọng, khẳng định, lằn ranh mong manh của cuộc chơi. - Có thể đập tan tượng đài chính trị ảo, nhưng nên giữ lại lăng tẩm, bảo tàng... Đời sau, làm giáo cụ trực quan cho các thế hệ nhìn thấy tội ác cộng sản lưu lại. "Trăm nghe không bằng một thấy".

- Thời xưa, cụ Phan Bội Châu từng kêu gọi: "Bất bạo động, bạo động tắc tử". Tuy vậy, cụ vẫn tổ chức đội du kích vũ trang, trên vùng biên giới Cao Bằng, - Biên tỏ ra hiểu biết, để thêm. - Chẳng lẽ, bây giờ ngồi chờ chế độ cộng sản sụp đổ, như kiểu Đại Lãn chờ sung hay sao?

- Cộng sản, không thế lực nào có thể đánh đổ, nhưng nó sẽ tự sụp đổ không thể cứu vãn. Đó là tất yếu, lịch sử đào thải, Liêng bang Xô Viết là một ví dụ sinh động và nặng kí. Ngay từ thời Xã hội chủ nghĩa mới ra đời, Lenin đã cấm hoạt động Xã hội dân sự. Ông ấy sợ hãi một giác độ xã hội phi chính phủ, tư nhân và gia đình tạo nên xã hội dân chủ, tự do ngôn luận, tư pháp độc lập. Xã hội dân sự là cái cầu nối giữa cá nhân với nhà nước, phản biện chủ trương, chính sách, như Viện Nghiên cứu xã hội vừa qua đó. Bởi vậy, đệ tử trung thành của Chủ nghĩa Mác-Lenin, cấm đoán hội đoàn, xóa bỏ tự do ngôn luận, giải thể các tổ chức nghiên cứu khoa học công nghệ tư nhân… Thế là độc tài chứ còn gì nữa? - Sâm nhè nhẹ thở dài, - chỉ thương cho bao lớp người cống hiến trí tuệ, sức lực và hi sinh thân mình một cách vô tư cho lí tưởng cộng sản, mà không biết bị dối lừa. Thậm chí, còn tự hào một cách tội nghiệp. Thế mới biết, Tuyên giáo là một công cụ không thể thay thế của Đảng. Ba chân kiềng của Chủ nghĩa Mác-Lenin, tuy rất chông chênh, nhưng người ta còn đèo thêm "Tư tưởng, đạo đức, tác phong Hồ Chí Minh" vào nữa, để dụ khị dân chúng nhẹ dạ cả tin. Quả là tột cùng của sự giả dối và thâm hiểm, lừa được cả Dân tộc và qua mặt giới trí thức mà không ai làm gì được...

- Bây giờ, chấp nhận Xã hội dân sự, thì sợ diễn biến hòa bình, với lại "cách mạng màu", Đảng cầm quyền đề phòng dân tức nước vỡ bờ vùng lên, thì ôi thôi. Bởi vậy, dự thảo Luật Biểu tình cứ lần khân khất lần mãi, - Biên rút điếu thuốc lá Thăng Long bao dẹt, và bật lửa ga, vểu môi ra hút.

Đến lúc này, Sâm mới để ý, chợt thấy khuôn mặt già nua, hốc hác của Biên, các "dấu ngoặc đơn" đã xuất hiện hai bên khóe mép. Có lẽ, Biên đã trải qua một giai đoạn đấu tranh tư tưởng dữ dội lắm. Bất chợt, Sâm nhớ tới Đa, lúc ở Bệnh viện Tinh thần trung ương. Đa cũng hốc hác, còm nhom trong bộ quần áo kẻ sọc, nom như tù nhân.

Sâm lại thở dài, dòng ý nghĩ trôi nổi về thế sự. Đảng cầm quyền, sử dụng trí thức xã hội chủ nghĩa làm công cụ, nanh vuốt và cũng là thứ đồ trang sức cao cấp, tập hợp lực lượng, gây thanh thế với thiên hạ, chứ Đảng tuyệt nhiên không dùng trí thức cấp tiến để chấn hưng đất nước. Từ xưa tới nay, người có tâm, có tài bao giờ cũng xung khắc với nhà độc tài cầm quyền. Trí thức ngoảnh mặt là dấu hiệu chế độ chính trị suy tàn. Khi vừa mới đầu quân vào tạp chí Thơ ca, mình đã vô tình ném vỡ biểu tượng Búa liềm bằng gốm sứ, nay đã trở thành người trí thức, phải có hành động hữu ích giải thoát cho Dân tộc.

Hay là, bàn với Biên lập một diễn đàn, có thể dưới hình thức một nhóm thi ca. Thi ca dễ lan tỏa những tư tưởng tự do, bình đẳng, bác ái...

- Khi xưa, cậu phong độ là thế. Bây giờ, nom chẳng khác gì con hạc thờ. Nếu mặc bộ quân áo kẻ sọc hình song sắt, thì chẳng khác gì... - Biên bỏ lửng câu nói, vừa thở dài, vừa dí mẩu thuốc lá xuống chân ghế, rồi lom khom đi đến bên thùng rác.

Nghe vậy, Sâm ngớ người, nghĩ bụng, chẳng lẽ, mình, Đa và Biên đều đúc một khuôn? Biên cười khùng khục, ngó lơ ra tháp Rùa và thong thả đọc mấy câu thơ chợt hiện:

> Con người đâu phải là viên gạch
>
> Cùng đúc một khuôn, cùng xếp một kiêu
>
> Cũng không phải chế tạo như rô-bốt
>
> Cùng nghĩ một kiểu, cùng nói một điều
>
> Người ta tự biết lam làm và hò hát...

- Người ta có "nhóm lợi ích" rôm rả lắm, hay là anh em mình lập nhóm thi ca, anh nhỉ? - Sâm dè dặt thăm dò.

- Ừ, - Biên sốt sắng, như thể cũng ấp ủ từ lâu rồi, và hỏi ngay, - Tên?

- La Bàn, - Sâm đáp "như đinh đóng cột", - giản

dị, ý nghĩa và cũng dễ làm logo. Em trộm phép, "mèo khen mèo dài đuôi", ngụ ý như thế. Hihi…

- "Tôi phải làm gì?", - Biên nhướng mắt nhìn Sâm, như thách đố.

- Anh hỏi em, hay Kant hỏi nhân loại đấy?

Chợt cả hai cười vang.

- Hồi này, anh hay nhắc đến tên các triết gia, vậy chuyện La Bàn có phải hỏi Socrat, Kant, Nít-xơ, hay Mác không? - Sâm hỏi, vẻ khôi hài.

- Hỏi ai, chứ hỏi Mác mà làm cái gì? Cứ làm ngược lại những điều ông ta đã viết là được. Bởi chính ông ta cũng lật ngược Hê-ghen kia mà, - thấy Sâm nhíu mày, Biên giải thích, - đấy, như Tuyên ngôn cộng sản, ổng viết: "Người cộng sản ghi trên lá cờ của mình: xóa bỏ tư hữu". Nhưng chính bản thân ông ấy bóc lột cả con sen và cũng là người tình bất hạnh. Nếu không có nhà tư sản Ăng-ghen nuôi giúp đứa con rơi và chu cấp tiền bạc cho Mác và gia đình, thì làm sao có điều kiện viết bộ *Tư bản*, Và ngay như bây giờ, công cuộc đổi mới chính là rời xa lá cờ Mác, mới được thành tựu như vậy. Chứ cứ khư khư kiên trì quan điểm "xóa bỏ tư hữu", thì Đảng cầm quyền sụp đổ chổng kềnh rồi.

Cái ghế đá Bờ Hồ bỗng nhiên nóng rực lên,

khiến cả hai bất giác cùng bật dậy, như phải bỏng.

- Một nhóm trí thức cấp tiến đã kiến nghị bắt ngay Tổng Bạc, - Biên thì thào, khiến Sâm phải ghé sát tai vào nghe. Du khách đi qua, cứ ngỡ đôi tình nhân đồng tính đang tình tự.

- Tổng Bạc, ngoài vụ tham nhũng trong Dự án Ciputra, hàng mấy ngàn tỉ đồng, mà báo Dân Trí đã đăng tin; thì em cũng nghe loáng thoáng việc Thông tấn xã Việt Nam loan tải, chuyện ông ta bí mật kí cái hiệp ước gì đó, cho phép Tàu Cộng can thiệp vũ trang. Ông ta là Bí thư Quân ủy trung ương mà còn cầu ngoại viện, vậy không tin vào Quân đội nhân dân nữa sao? - Sâm nghĩ bụng, tưởng chuyện cơ mật, ai ngờ dân Thủ đô biết cả rồi, - thảo nào, bao nhiêu người được dự kiến chức Tổng Bí thư đều bị chết yểu. Có lẽ, bọn Trung Cộng thò bàn tay lông lá sang bảo vệ cho hắn độc tôn, để dễ bề gặm nhấm biên giới, biển đảo, tiến tới thôn tính nước ta. Vận nước ngàn cân treo sợi tóc. Cái ông lính khố đỏ làng Đa cũng có quan điểm như thế cộng sản: Ta đi răn bảo thế giới, cãi lại là bắn liền, đoàng!

- Hắn cũng theo Putin bên Nga và Cận Bình xứ Tàu, sốt sắng sửa đổi luật lệ để kéo dài thời gian tại vị, hết nhiệm kì nọ sang nhiệm kì kia. Và cũng giống cái trò làm luật trong "Trại súc vật". Nhà văn Ô-oen (George Orwwell) quả là đại tài, đi guốc trong bụng những người cộng sản, ngay từ thế kỉ trước rồi.

Nghe vậy, Sâm ngoảnh sang Biên, nắm chặt tay. Bởi, Sâm không ngờ, Biên sâu sắc đến độ. Vậy thì ngửa bài luôn với Biên, nhóm Thi ca La Bàn chỉ là cái bình phong, một diễn đàn chính trị của trí thức, vận động cách mạng.

- Dữ dội đấy, nhưng phải dịu êm, - nghe Sâm nói đại ý cương lĩnh, Biên hiểu ngay và hưởng ứng nồng nhiệt. - Nhưng bất kì một cuộc cách mạng nào cũng phải đổ máu. Muốn xác định chân giá trị, thì phải làm lại cuộc cách mạng. Khi xưa, dân bị dụ khị làm cách mạng cho Đảng độc quyền cai trị, thì nay dân làm cách mạng cho mình, con cháu mình, đất nước mình.

- Đương nhiên, - Sâm thở dài, - nhưng cần hạn chế thiệt hại sinh mạng ở mức thấp nhất, có thể. Bởi vậy, điều tối quan trọng là phương pháp cách mạng. Dân ta đã bị Tàu Cộng lừa gạt, chúng núp bóng Hồ Chí Minh để mưu cầu lợi ích cho Đại lục. Núi xương sông máu dân ta trở thành vô nghĩa, khi hiệp ước Thành Đô có hiệu lực. Ta đánh Pháp, đuổi Mỹ cho ai? Cho Tàu! Thật cay đắng, nhưng nhiều người dân vẫn chưa ngộ ra. Bởi vậy, nhiệm vụ của La Bàn là "Khai dân trí", như lời cụ Phan Châu Trinh khi xưa đã dạy. Nghe thì có vẻ mơ hồ, mông lung, nhưng không còn con đường nào khác. "Cách mạng màu" cũng là một bài học nóng hổi tính thời sự và tính khả thi. Chính cộng sản cũng nhìn thấy điều đó, nên dẹp bỏ Viện Nghiên cứu phát triển và Văn đoàn độc lập... - Sâm đứng dậy đi quanh ghế, vừa nói nhỏ đủ cho Biên nghe, như thể thuở nào phụ đạo học sinh. Biên ngóng theo như thể kim la bàn đang dò phương hướng.

- Bộ ba triết học hiện đại, thì Duy vật biện chứng đã được thực tiễn đổ vỡ hệ thống Xã hội chủ nghĩa cáo chung, Nhân vị thì ông Cố vấn Ngô Đình Nhu áp dụng đã thất bại tại Việt Nam cộng hòa, vậy chỉ còn Hiện sinh. - Biên tổng kết lại nhận thức của mình, về những vấn đề cơ bản của triết học thế giới.

- Vấn đề cơ bản của Hiện sinh là gợi cho ta suy nghĩ về thân phận con người và xã hội, thực tại và hiện hữu, thúc đẩy bản thân tự quyết định số phận, ngay trong đời sống hôm nay. Nhưng bị xuyên tạc là tự do vô tổ chức và thực dụng. - Sâm bàn về ý tưởng và chủ trương, - Câu lạc bộ La Bàn sẽ tạo điều kiện cho giới trí thức cấp tiến và thi sĩ-trí thức có sân chơi, cũng là diễn đàn vận động nhân dân làm lại cuộc cách mạng.

- Vẫn còn mông lung lắm, - Biên phân vân.

- Khi xưa, dân bị dụ khị hi sinh cho cách mạng,

nhưng quyền lợi bị Đảng cầm quyền chiếm đoạt và thao túng. - Sâm tư lự hồi lâu, nghĩ về viễn cảnh, - Bây giờ, vận động dân làm cách mạng, mang lại quyền lợi cho chính mình và thế hệ tương lai. Đảm bảo cho một xã hội văn minh thì buộc phải đa nguyên, đa đảng và tam quyền phân lập. Cơ chế xã hội đảm bảo chống sự trở lại của độc tài.

- Nhưng Nhân dân như con chim bị trúng tên, bây giờ thấy làn cây cong cũng sợ, - Biên hăng lên, dấn theo. Đó là một trở lực khổng lồ, nan giải. Tất nhiên, không phải sự tới hạn.

- Có những điều thuận lợi như luồng không khí tự do, trở thành một cuộc cách mạng: một là, thiết bị, phương tiện thông tin hiện đại đã lan tỏa và kết nối mọi người trong xã hội; nghĩa là sự giác ngộ rộng khắp mọi tầng lớp xã hội, trong nước và thế giới. Điều đó, buộc Đảng cầm quyền phải minh bạch, nếu tiếp tục dối trá, che dấu sẽ tạo nên sự phản kháng; hai là, cách mạng tình dục đang diễn ra, tuy âm thầm nhưng quyết liệt, báo hiệu một xã hội tự do phải ra đời, để phần nào thỏa mãn nó.

- Chưa chắc đâu nhé, - nghe điều này, Biên tỏ vẻ không tán đồng, - xã hội đang phản đối tự do tình dục để bảo vệ gia đình. Nếu mất gia đình thì xã hội cũng tan vỡ. Đạo Thiên Chúa tổ chức "Năm gia đình", không phải là vô cớ. Nhưng cách mạng về thông tin đúng là nguồn năng lượng thiêu cháy sự "bế quan tỏa cảng", buộc Đảng cầm quyền phải hội nhập với thế giới văn minh, mặc dù không hề mong muốn. Vì, xã hội tiến tới văn minh là Đảng Cộng sản sẽ bị tiêu vong.

- Tất nhiên, nói tự do là về lĩnh vực tư tưởng, còn cách mạng thông tin và tình dục chỉ là phương tiện tác động lẫn nhau, thúc đẩy lẫn nhau. Như vậy, phải kiến tạo lại từ nền móng, một nền triết học mới, kéo theo cấu trúc đa nguyên đa đảng, tam quyền phân lập, đa tôn giáo. Bây giờ, xứ mình, Phật giáo tuy đang bị suy thoái, biến chất, do Đảng cầm quyền lợi dụng, lũng đoạn, nhưng vẫn gần gũi với tín ngưỡng thờ cúng gia tiên gia tộc hơn.

Cái ghế đá dường cho đang tỏa ra một thứ ánh sáng mơ hồ, huyền diệu, khiến cả hai giật mình, đưa mắt nhìn nhau. Rồi cả lặng lẽ cùng rời Bờ Hồ, lẫn vào dòng người trên phố Đinh Tiên Hoàng. Sâm ngâm nga mấy câu thơ:

"Tôi chỉ cần hai điều

Tự do và tình yêu

Yêu nhau dâng trái tim mình

Vì tự do hiến cả tình yêu riêng".

- Như hồn thơ Pê-tô-phi, nhưng nghe là lạ, có lẽ

do cách chuyển ngữ, - Biên quay sang, vẻ dò hỏi.

- Phải, chính là thơ Pê-tô-phi, cô Bình chép vào thư gửi cho em, thời sang Hung làm nghiên cứu sinh, - Sâm thủ thỉ tâm sự, như vừa nói với Biên, lại cũng như nói với chính lòng mình.

- Chà chà, chú mày không phải người thường mà, - Biên thán phục choàng cả hai tay lên đôi vai Sâm.

Sâm bồi hồi xúc động, tưởng như linh hồn nhà thơ từ xứ Hungari xa xôi cũng đang cùng nhịp bước dưới bầu trời Hà Nội.

KHÚC VĨ THANH

21.

Sâm vừa lật tìm tư liệu lưu trữ trong những cái hộp nhựa (File Box), vừa suy nghĩ đắn đo. Vấn đề "khai dân trí" ở đây, chính là phải lật tẩy sự ngụy trá của đảng cầm quyền và thần tượng Hồ Chí Minh giả tạo, hay là hướng tới sự đổi mới tư duy nhận thức, qua tuyên truyền triết học Hiện sinh, để công dân tự tìm kiếm chân lí? A, tài liệu đây rồi. Sâm ghi kí hiệu ở góc trên, bên phải trang đầu, về đảng cầm quyền là Đ, còn về lãnh tụ thì T là Nguyễn Tất Thành (Nguyễn Ái Quốc, H là Hồ Tập Chương (Hồ Chí Minh), tuy có đánh số thứ tự, nhưng xếp sắp lộn xộn. Hơn nữa, làm cách nào để truyền truyền rộng rãi ra dân chúng, internet đã là một công cụ hiệu quả, nhưng có thể nâng lên tầm tác phẩm văn học được không, như thế một cuốn tiểu thuyết tư liệu ấy mà? "Có bột" đây rồi, chỉ cần kì công "gột nên hồ" nữa thôi. Tiểu thuyết, dù bất kì là thể loại tự sự, hư ảo, lịch sử hay chính luận..., thì dù ít, dù nhiều, trong nội dung của nó, đều có yếu tố hư cấu. Đó chính là sự sáng tạo của nhà văn, tạo nên một thế giới mới, trên nền tảng, thậm chí thoát li cái nguyên bản.

Tài liệu về Đảng cộng sản và Nguyễn Ái Quốc (Nguyễn Tất Thành):

Đ2: Năm 1930, các tổ chức cộng sản trong nước tranh giành ảnh hưởng lẫn nhau, lôi kéo quần chúng, nhất là giới trí thức, gây sự mất đoàn kết nghiêm trọng. Trước tình hình đó, Hồ Tùng Mậu đã sang Xiêm (Thái Lan), mời Nguyễn Ái Quốc đến Hồng Công, để thống nhất các tổ chức ấy lại, đặt tên là Đảng Cộng sản Việt Nam.

Đ1: Hội nghị thành lập Đảng Cộng sản Việt Nam; gồm các đoàn:

- Bắc Kì, Đông Dương Cộng sản Đảng; có hai đại biểu là Trịnh Đình Cửu và Nguyễn Đức Cảnh.

- Nam Kì: An Nam Cộng sản Đảng, có hai đại biểu là Nguyễn Văn Thiệu và Châu Văn Liêm.

- Đảng ở nước ngoài, có ba đại biểu là Hồ Tùng Mậu, Phạm Hồng Sơn, Hồ Tập Chương.

Hội nghị họp từ ngày 06/01 đến ngày 07/02/1930, trên sân bóng đá, bầu ra Ban chấp hành, do Trịnh Đình Cửu phụ trách.

Đoàn Trung Kì, Đông Dương Cộng sản Liên đoàn, ngày 24/02 mới tới, nên hội nghị chỉ có tám người tham dự (Quốc, Cửu, Cảnh, Thiệu, Liêm, Mậu, Sơn và Hồ), đại biểu cho hai trăm mười đảng viên; trong số đó, chiếm một nửa là đảng viên người Hoa.

(Ghi chú: Bây giờ, tranh vẽ các đại biểu dự Hội nghị thành lập Đảng, họp trong căn phòng giản dị và chỉ có năm người thôi, bỏ đoàn đại biểu ở nước ngoài).

Đ0: (Sở dĩ đặt là Đ0, vì mãi về sau mới tìm được tài liệu này).

Trong hội nghị, Trịnh Đình Cửu nêu thắc mắc, tại sao Quốc tế cộng sản không tư giấy, về việc quyết định thành lập Đảng Cộng sản Việt Nam? Lập tức, Nguyễn Ái Quốc chối rằng, do hoạt động bí mật, nếu mang theo giấy tờ như vậy, sợ rơi vào tay mật thám sẽ rất nguy hiểm, nên không mang theo cho đặng!

Mãi đến khi Trần Phú được Quốc tế Cộng sản cử về Việt Nam, để thành lập Đảng Cộng sản Đông Dương, thì sự đã rồi. Trần Phú từng học lí luận về Chủ nghĩa Mác-Lenin, tại Đại học Phương Đông (Liên Xô), và được bổ sung vào Ban Chấp hành Đảng Cộng sản Việt Nam, viết lại Luận cương chính trị, rồi đến hội nghị cuối năm 1930, thì được bầu làm Tổng Bí thư đầu tiên của Đảng Cộng sản Đông Dương. Mặc dù hội nghị đó, không có đại biểu của tổ chức cộng sản của hai nước Lào và Campuchia (Khơ-me) tham gia, nhưng đến năm 1951, tại Đại hội lần thứ Hai của Đảng Cộng sản Đông Dương, về tổ chức lại tách thành ba đảng; gồm: Đảng Cộng sản Việt Nam, Đảng Nhân dân Cách mạng Khmer, rồi sau đó là Đảng Nhân dân Lào (1955) và đổi tên Đảng Nhân dân Cách mạng Lào (1972)…

Đ3: Như vậy, Trần Phú tuân lệnh Quốc tế cộng sản, và lại được Ban Chấp hành bầu giữ chức Tổng Bí thư đầu tiên của Đảng là hợp lệ. Nhưng sang năm 1931, Trần Phú bị Thực dân Pháp bắt, rồi tự nguyện rời bỏ Đảng Cộng sản Đông Dương do mình cầm đầu, để học Kinh Thánh và theo đạo Thiên Chúa, đặt tên thánh là Phê-rô Trần Phú. Khi bị chết vì bệnh lao, trong nhà thương Chợ Quán (Sài Gòn), Trần Phú được chôn cất tại Vườn Thánh của xứ đó, hưởng dương hai mươi bảy tuổi (1904-1931).

Đ4: Năm 1932, Nguyễn Ái Quốc (Nguyễn Tất Thành), bị chết vì bệnh lao, tại Trung Quốc, hưởng dương bốn mươi mốt tuổi (1891-1932). Tro hài cốt đưa sang Liên Xô, mai táng trong Nghĩa trang Kun-se-vô (Ghi chú: chữ này, tài liệu phiên âm không rõ ràng). Những người cộng sản Việt Nam, tại Mát-xco-va đã tổ chức tang lễ Nguyễn Ái Quốc, có đại biểu Quốc tế cộng sản tới dự.

(Ghi chú: Về cái chết của Nguyễn Ái Quốc, thời gian đó, có ghi trong báo cáo của Tổng Bí thư Hà Huy Tập, gửi Quốc tế cộng sản. Năm 2015, báo Nhân Dân đăng lại sự kiện này và cũng lưu trong cuốn Văn kiện Đảng).

T1: Về đời tư của Nguyễn Ái Quốc có hai vợ, năm người tình:

T1.1. Về vợ:

1.1. Năm 1926, cưới Tăng Tuyết Minh, gốc Quảng Đông (Trung Quốc), theo đạo Thiên Chúa, bị sẩy thai và mất liên lạc với chồng, nên ở vậy suốt đời.

1.2. Năm 1931, Quốc làm đơn gửi Quốc tế cộng sản, xin lấy Nguyễn Thị Minh Khai (tức Vịnh) làm vợ, nhưng chưa kịp cưới thì bị chết. Do đó, khi đi họp ở Liên Xô, Minh Khai cũng khai tên chồng là Lin (một bí danh của Nguyễn Ái Quốc). Sau đó, Minh Khai lấy Lê Hồng Phong.

T1.2. Về người tình:

2.1. Người tình đầu tiên là cô Huệ, sống ở Sài Gòn, sau đó đi tu ở Vũng Tàu.

2.2. Larod, đảng viên Xã hội Pháp, sống ở Pa-ri.

2.3. Tolet, người Pháp mang quốc tịch Mỹ, là ca sĩ và nhà văn, sống ở Bốt-tơn (Mỹ).

2.4. Vê-ra Va-xi-i-e-va, người Nga. (Ghi chú: cô này cũng góp phần trong việc Hồ Tập Chương đóng thế Nguyễn Ái Quốc).

2.5. Lý Phương Liên, làm phiên dịch, sống tại Quảng Châu (Trung Quốc).

Từ tài liệu về Đ và T, rút ra nhận xét số Một:

Một là, Việc Nguyễn Ái Quốc lập Đảng Cộng sản Việt Nam, theo yêu cầu của Hồ Tùng Mậu, mà không có quyết định của Quốc tế cộng sản là bất hợp pháp, tức là một đảng lậu.

Hai là, Đảng Cộng sản vô thần, nhưng Các Mác là ông tổ cộng sản lại thờ Sa-tăng, mà Sa-tăng là kẻ phản Chúa Giê-su. Trần Phú là Tổng Bí thư đầu tiên của Đảng, lại bỏ Đảng theo Thiên Chúa. Do vậy, Đảng không chính danh, nên ngay từ bước khởi đầu đã bê bối.

Tài liệu về Hồ Tập Chương:

H1: Hồ sinh ở Phúc Kiến (Trung Quốc) vào năm 1901, trình độ Đại học Công nghiệp và Học viện Quân sự Hoàng Phố. Khi được phái sang Việt Nam hoạt động, đã mang theo lá cờ nền đỏ, giữa có sao vàng năm cánh, vốn là cờ hàng tỉnh của Phúc Kiến và đến năm 1945, qua Đại hội quốc dân Tân Trào, thì chính thức trở thành Quốc kì Việt Nam.

H2: Hồ Chí Minh là bí danh của Hồ Học Lãm.

Lãm quê Nghệ An (Việt Nam), tham gia Quốc dân Đảng (Tàu), bạn của Tổng tài Tưởng Giới Thạch, hàm Đại hiệu (Đại tá). Lãm có công lập ra tổ chức chính trị Việt Nam độc lập đồng minh Hội (Việt Minh) và cũng là tác giả của tập bản thảo Ngục trung nhật kí (Nhật kí trong tù, 1931-1932).

Trước khi sang Việt Nam, Chu Ân Lai đã bố trí cho Hồ về thăm quê hương, gia đình. Năm 1941, Hồ chính thức sang Việt Nam qua đường tiểu ngạch, mốc giới 108, tại Cao Bằng. (Hệ thống mốc giới theo công ước Pháp-Thanh, năm 1887). Một lần, khi Hồ trở lại Trung Quốc đã bị quân Tưởng bắt giam, Lãm đã cùng Quốc dân Đảng (Việt Nam) giải thoát.

Năm 1942, quay lại Việt Nam, Hồ Tập Chương mang theo bí danh, bản thảo tập thơ và tổ chức chính trị của Lãm.

H3: Năm 1949, tại Chiến khu Việt Bắc, Hồ viết bài đăng tạp chí nội bộ của Đảng, có đoạn: "Tôi và đồng chí Nguyễn Ái Quốc đã tham dự hội nghị thành lập Đảng, năm 1930". Thế là, giấu đầu hở đuôi, chứng tỏ Nguyễn Ái Quốc và Hồ Chí Minh (tức Hồ Tập Chương) là hai người khác nhau, chứ không phải là một.

H4: Năm 1958, Hồ chính thức thừa nhận Làng Sen quê cha và làng Hoàng Trù quê mẹ, thuộc xã Kim Liên, huyện Nam Đàn, tỉnh Nghệ An. (Thực ra, quê nội của Quốc (Thành) là xã Quỳnh Đôi, huyện Quỳnh Lưu, tỉnh Nghệ An. Bởi ông nội của Quốc là Hồ Sĩ Tạo)...

H5: Năm 1945, Hoàng Tùng là Bí thư Đảng bộ ngoại thành Hà Nội, báo cáo với Hồ rằng, có nhiều đảng viên và trí thức thắc mắc, Hồ Chí Minh có phải là Nguyễn Ái Quốc không? Chúng tôi trả lời nước đôi, lấp lửng. Hồ khen, thế là khôn ngoan.

H6: Khi chuẩn bị buổi lễ Tuyên ngôn độc lập, tại Ba Đình (Hà Nội), Trường Chinh dặn đi dặn lại Nguyễn Hữu Đang, giới thiệu phải nói khéo, sao cho bàn dân thiên hạ hiểu Hồ Chính Minh chính là Nguyễn Ái Quốc, nhưng tuyệt đối không được nhắc tới Nguyễn Ái Quốc.

H7: Vợ, con và người tình của Hồ Tập Chương:

1. Vợ tên là Lâm Quế, sống ở Phúc Kiến và có hai con; con gái Hồ Tố Mai (sinh 1928) và con trai Hồ Thự Quang (sinh 1930).

2. Sang Việt Nam, Hồ có thêm người tình và các con, như sau:

2.1. Nông Thị Sang (Nguyễn Thị Xuân), năm mười sáu tuổi đã sinh cho Hồ một đứa con gái, đặt tên là Chính (Nghĩa, Phụ). Năm 1956, lại sinh thêm con trai là Nguyễn Tất Trung (Vũ Tất Trung). Khi Xuân đòi chính danh làm vợ Hồ Chủ tịch, tức thì bị thủ tiêu, tại Hà Nội.

2.2. Đỗ Thị Lạc, đảng viên Quốc dân Đảng, sinh một con gái.

2.3. Nông Thị Ngát (Bày, Trưng), sinh con trai là Nông Đức Mạnh.

2.4. Nguyễn Thị Phương Mai, Tỉnh ủy viên Thanh Hóa. Ngay từ đầu, Phương Mai đòi chính danh, nhưng bị từ chối, nên thôi và chuyển làm Thứ trưởng trong Chính phủ của Thủ tướng Phạm Văn Đồng.

Nhận xét số Hai:

Một là, Hồ Tập Chương (Hồ Chí Minh) có một vợ, bốn người tình và sáu con (ba trai, ba gái).

Hai là, Hồ Tập Chương đóng thế Nguyễn Ái Quốc và lấy bí danh Hồ Chí Minh, thọ sáu mươi tám tuổi (1901-1969), đã lừa dối cả Dân tộc Việt Nam. Nhưng oái oăm thay, đại đa số người dân và đảng viên cộng sản vẫn tôn thờ Hồ Chí Minh, như vị thánh; thậm chí, còn rước tượng và ảnh chân dung vào các đền, chùa, tư gia được thờ chung với Phật, thành hoàng và gia tiên…

*

Sau khi rút ra nhận xét Một và Hai, Sâm lặng lẽ xếp tài liệu vào hộp File Box, và suy tính, hay là tách mục này riêng, rồi bổ sung thêm tư liệu, để viết cuốn tiểu thuyết tư liệu về Hồ Chí Minh?

Muốn vậy, thì trước hết, phải lập một bảng thống kê so sánh giữa hai nhân vật, để thấy sự khác biệt, không thể đánh đồng làm một.

	Nguyễn Tất Thành (Nguyễn Ái Quốc)	Hồ Tập Chương (Hồ Chí Minh)
Năm sinh	1891 (Tân Mão)	1901 (Tân Sửu)
Nơi sinh	Việt Nam	Trung Quốc
Năm chết	1932 (Nhâm Thân)	1969 (Kỉ Dậu)
Ông Nội	Hồ Sĩ Tạo	Hồ Tập Trương Lương
Bố	Nguyễn Sinh Sắc (Huy)	Hồ Tập Lượng
Mẹ	Hoàng Thị Loan	Lý Thị
Vợ	Tăng Tuyết Minh, Nguyễn Thị Minh Khai (Vịnh)	Lâm Quế
Người tình	Huệ, Larod, Tolet, Vera, Liên	Xuân, Lạc, Trưng, Mai
Con	1 (Tăng Tuyết Minh bị sẩy thai)	6 (3 trai, 3 gái)
Hoạt động	Lập lậu Đảng CSVN	Tổng Bí thư, Chủ tịch Đảng CSVN, Chủ tịch nước Việt Nam DCCH

22.

Nếu viết cuốn tiểu thuyết tư liệu *Hồ Chí Minh*, có thể theo lối chương hồi, cho dễ truyền bá trong dân chúng. Đặc điểm loại tiểu thuyết này thường là, tên hồi với hai câu thơ song thất và cuối mỗi hồi là một câu dẫn chuyện "Muốn biết (…), "xem hồi sau sẽ rõ". Chẳng hạn:

Hồi (số…)

Ái Quốc lập đảng lậu, rồi chết

Tập Chương đóng thế lại thành thần

(…)

Cuối hồi, thường là một câu thơ tóm tắt nội dung bối cảnh, ví dụ:

Vậy có thơ than rằng:

Giá như Bảo Đại không thoái vị

Đế quốc Việt Nam vẫn vững bền

Dân ta tránh được họa cộng sản

Chẳng phải can qua lại mạnh giàu.

Việt Minh thân cô thế cô, phải rút chạy khỏi Hà Nội, lên Việt Bắc lập chiến khu. Muốn biết sự thể thế nào, xem hồi sau sẽ rõ.

Có thể, dàn dựng bố cục hàng trăm hồi, đong

đầy lịch sử đau thương của dân tộc. Ví dụ:

Hồi (n):

Cải tổ vỡ ổ Đảng Cộng sản

Chư hầu vội vã tới Thành Đô

(…).

Vậy có thơ than rằng, (có khi viết theo kiểu sấm truyền):

Tàu tồn, Đảng tại

Tàu bại, Đảng vong.

Muốn biết bàn cờ thế sự xoay vần thế nào, xem hồi sau sẽ rõ…

*

Sâm đắn đo, trong lòng ngổng ngang trăm mối, ấy là dự định viết như vậy thôi, chứ nếu xuất hiện một nhân vật lịch sử, cứu tinh dân tộc, như kiểu "Goóc-ba-chốp Việt Nam", tuyên bố giải tán Đảng Cộng sản, thì tình thế lại khác. Có thể sẽ sửa Hiến pháp theo thể chế văn minh, đổi tên nước thành Cộng hòa Việt Nam, lập Tổng thống và thay Quốc kì… Đó là cuộc cách mạng không tiếng súng, nhưng nhân dân sẽ được thụ hưởng thành quả khát vọng ngàn đời: độc lập, tự do, dân chủ, hạnh phúc và hội nhập trong một thế giới văn minh…

Chẳng nói đâu xa, ví như chuyện Đảng Cộng sản đang thao túng đạo Phật, hòng tạo dựng công cụ để mê dụ quần chúng và làm đối trọng với các đạo khác, nhất là Thiên Chúa; đồng thời, đó cũng là nguồn lợi kinh tế, thông qua "cúng dường", đã và đang thu hút trái tim, khối óc và túi tiền của hàng vạn tu sĩ và hàng triệu tín đồ. Nhưng kì diệu thay, chỉ cần bước chân trần lặng lẽ của bậc chân tu khổ hạnh đầu đà Thích Minh Tuệ (Thế danh Lê Anh Tú), đã gây nên một "cơn địa chấn" trên toàn cõi Việt Nam và lan tỏa ra thế giới. Dân chúng như đang tận mắt nhìn thấy hình ảnh giản dị, thanh bạch, từ bi của Phật tổ Thích Ca, từ hơn hai ngàn sáu trăm năm trước hiện về. Tín đồ ngộ ra, bấy lâu nay bị lừa gạt vào con đường mê tín, dị đoan, bị móc hầu bao để nuôi béo lũ sàm tăng và đồng bọn. Bởi vậy, muôn người ùa theo đảnh lễ, khiến cho Giáo hội Phật giáo Việt Nam của Đảng Cộng sản, trụ sở Hà Nội, như ngồi trên đống lửa; nhưng ngược lại, Giáo hội Phật giáo Việt Nam Thống nhất, trụ sở Sài Gòn, thì lại xiển dương.

Bài học "hành pháp" nóng hổi từ đạo Phật, phải chăng cũng là bài học để vạch trần sự thật đen tối của lịch sử xã hội, giác ngộ quần chúng. Sự thật cay đắng là hòn đá thử vàng, thức tỉnh muôn dân hướng tới thiện lành và văn minh. Cựu Tổng "Quay hộp đen" từng khuyến cáo đảng viên và dân chúng:

"Nhìn thẳng vào sự thật, nói rõ sự thật". Nhưng thực ra, đó chỉ là chiêu trò thôi. Bởi nghịch lí là ở chỗ, càng nhiều sự thật bao nhiêu, thì lại càng phơi bày bản chất phi nhân tính của xã hội cộng sản bấy nhiêu. Đó cũng chính là tử huyệt, khiến Đảng Cộng sản tự tiêu vong.

Hà Nội, 7/2019

Tuyên Quang, 10/2024

VXT

(Ghi chú: Những câu thơ không đóng ngoặc kép là của chính tác giả VXT).

LỜI BẠT

1/ Năm 2013, tôi bắt đầu viết Tiểu thuyết tư liệu **Hồ Chí Minh**, sau mười năm thì hủy bỏ; số lượng bản thảo thải loại, cân nặng năm ki-lô-gam. Tuy nhiên, tôi cũng có trích một vài chi tiết, chuyển sang bản thảo Tiểu thuyết chính luận **La Bàn**.

2/ **La Bàn**, viết từ năm 2019, khi tham dự Trại sáng tác tiểu thuyết của Hội Nhà văn Việt Nam, tại Hà Nội. (Trại này kéo dài một tháng rưỡi, thay vì mười lăm ngày, như thông lệ các trại sáng tác khác). Bản thảo hoàn thành tại thành phố Tuyên Quang, sau năm năm viết lách và chỉnh sửa.

La Bàn, viết về bi kịch của dân tộc Việt Nam, khi đã không đồng hành cùng nhân loại, mà lại lạc vào con đường cộng sản. Bởi vậy, cần khẩn trương xếp nó vào bảo tàng; đồng thời tìm ra con đường ngắn nhất, đưa đất nước bước vào kỉ nguyên phát triển mới.

Nhân đây, tôi xin chân thành cám ơn Hội Nhà văn Việt Nam đã tạo điều kiện thuận lợi trong giai đoạn "bếp núc", khởi thảo tác phẩm. Cám ơn Giáo sư Chu Hảo đã góp ý đổi tên từ *La Bàn đỏ*, thành *La Bàn*. Cám ơn nhiều thành viên tổ chức Tư vấn của Thủ tướng và Viện Nghiên cứu Phát triển IDS (Instutites of Development Studies)…, mà tôi đã gặp gỡ sưu tầm tư liệu, hoặc lấy làm nguyên mẫu trong tiểu thuyết này.

3/ Tuy khác nhau về thể loại, *Võ Nguyên Giáp* là tiểu thuyết lịch sử và *La Bàn* là tiểu thuyết chính luận, nhưng hai tiểu thuyết này cũng có phần hòa nhập, về bối cảnh xã hội và các nhân vật có thể nhìn thấy nhau, thấp thoáng qua bức rèm thời cuộc.

Thành phố Tuyên Quang, 2024
Vũ Xuân Tửu

MỤC LỤC

Giấc mơ triết và thơ	9
Viện Nghiên cứu Xã hội	69
Bệnh viện Tâm thần	151
Khúc vĩ thanh	224
Lời bạt	238

Nhân Ảnh
2024

Liên lạc tác giả:
xuantuuvn@gmail.com

Liên lạc Nhà xuất bản
han.le3359@gmail. com
(408) 722-5626

www.ingramcontent.com/pod-product-compliance
Lightning Source LLC
LaVergne TN
LVHW041701060526
838201LV00043B/517